PHIEM

Her Beauty
Her Messages

Order this book online at www.trafford.com
or email orders@trafford.com

Most Trafford titles are also available at major online book retailers.

Print information available on the last page.

ISBN: 978-1-4120-1182-2 (sc)

Trafford rev. 10/21/2019

Trafford
PUBLISHING®   www.trafford.com

North America & international
toll-free: 1 888 232 4444 (USA & Canada)
fax: 812 355 4082

DEDICATION

Dedicated to my children and as far as to the next genarations.

CONTENTS

19. Long met his girl friend, Kim Chau sent her wedding picture to my apt address, I made a trip to Mexico and Guatamela
20. Thong found a job in Dallas
21. We live at 3928 Winford Dr. in Dallas, TX
22. I prepared for a trip to Viet Nam .....
23. I came back to the United States on 25 October 2002.
24. On December 7, 2002, I told my son that I wanted to talk with him outside the house.
25. I came back here and I am swimming in cold ice.
26. I set up an online business with the rest of the money I have on hand to open an E-store on June 1, 2003. I also have chosen a Drop Shipping program.
27. DEPRIVE SUBCONSCIOUS MIND PROCESSING
28. THE HYPNOTISM SUBJECT

Dear reader:

In the late 1950s Vietnam when I was thirteen years old, I left my family's countryside home for the city of Saigon to attend high school and began keeping a daily diary from that time until I married.

As I did not continue to keep written diaries after my marriage, I securely stored my two diary notebooks in my parent's house in the rural subdivision of Dat Do in Baria, Vietnam. I locked them in the same place where my parents kept their money. Even though I no longer wrote in my diaries, I did however continue to record various events in my life via photographs.

Only a few days before the fall of Saigon on April 30, 1975, my family and I hurriedly fled from Vietnam. Unfortunately, I was only able to take some of the photographs with me. We took refuge in the United States, and soon I continued my hobby of recording events in my life through photographs. There were times when I took some pictures but did not have the chance to develop the rolls of film. When they were finally developed years later, I initially had forgotten where, when, and what event had been captured on film. It just took a few moments for me to remember.

I think that the kind of event diary I have chosen to keep is expensive, but having the pictures of my life captured in time is the most exciting aspect of my life. When I wrote these sentences, I felt so calm as my soul and my heart saw each other so clearly. Through the paths I have walked in my life, I have come to realize that the whole universe is absolutely immense, and that each human in this universe is overwhelmingly miniscule. So insignificant are our lives that many times I have dropped and surrendered in failure. I feel that in my past, present, and future I have sung the song of what the people on Earth do together, and the notes...round, white, black...on the music sheet are what I have written down and now present to you.

Two of my diary notebooks...I wonder where they are.... My parents'
house in Dat Do was completely burned to ashes and totally
destroyed by a bomb in 1972 during the Vietnam war. After the
event of April 30, 1975, I wrote poems in two notebooks, which I
kept in my house and are now lost.

In general, I believe people keep their money by depositing it in a
bank, they keep their jewelry in a safe deposit box, and the rest of
their valuables in their house. However, there are invaluable items
that cannot be bought, so to preserve them, I am publishing my
picture diary album and now I present it to you.

 One strange story has happened, on June 27, 2003, after I
completed my book to present it to my readers. I opened my picture
boxes and I saw my two note books which I wrote down poems. I
will arrange both of these poems to publish and it will come into
your hands.

Best regards,
Phiem

Dallas, Texas U.S.A
September 27, 2002
Authors: Phiem

Revised: June 27, 2003

PHIEM

1-

In 1972, my family situation was dark and began to deteriorate. I wanted to a divorce at that time.

With the fall of Saigon on April 30,1975, my family fled from Vietnam and took refuge in the United States.
We were starting from nothing so I did not want to divorce my husband at that time. I said to my heart and myself that I would try to help him however I could until the situation improved for him. Then I would divorce him. I told him that and he knew it.
After I had thyroid surgery, I worked at Kent's.
I sent my youngest son to nursery school.

I did everything for my husband so that he would have time to study. He worked during the day and went to school at night.
I saved up money then bought my first house at 4830 Traves Street.

2-

My husband graduated at Delgado Community College in the Fall semester.
Christmas and then New Year passed.

3-

After New Year's Day January 3, 1979, I had been a victim of a
homicidal attempt in my house, which I will hereafter refer to as the
"accident".

I had not divorced my husband yet, because then I needed to have more time for him to get into a better situation than he was at that time.

I had wanted to divorce my husband for a long time, but not to cause any wrong-doing. But after the accident happened to me, I totally collapsed from the knowledge I had gained. Now I knew the reason.

When I was in high school in Viet Nam, I worked at a bookstore in Saigon. A customer came and befriended me. This man tried to use some unknown source on me. But because I had heard from the elders, I prevented myself from being influenced by not drinking the juice that he offered. When I got off from work Vinh-Bao bookstore, he (the man) had waited for me in front of book store, and came to meet me, and he told me that he has something to talk to me, and invited me to go to the restaurant on Le Thanh Ton Street, close to Ben Thanh market. I told him "you are better to talk that right here". But he tried to convince me to go there. I went there, and I did not drink that orange juice, I went home.

However at another chance, the man attempted another method of control without my knowledge! I could not control my actions and yet my actions seemed natural. I have experienced this "natural control" from this point on in my life. I wrote this event in my diary, but as I was still young at that time, I could not understand what it was!

Now that I have grown older, I remembered the experience, and I may KNOW what it was. Surely, it was not only chemical, not only hypnosis, not only magnetic, but maybe an electronic chip also.

The next day after that situation happened, I went to work and I placed $900.00 piastre (dong) in my apartment from my first salary paid from Vinh Bao bookstore. When I got home, I discovered that my salary had been stolen. I only had 10 piastre (dong) in my purse. I cried and did not know how could I pay for my rent and food next month.

I then went to Minh Mang University dorm. I wanted to talk to that man because he gave me his address.
I went there and asked to see him at the reception desk. The receptionist went to look for him, but told me he was not there. I went out and I saw a guy with his velo solex parked at the front gate. He asked me who I was looking for and where was I going. After I told him, he offered me a drive home and I agreed.
When we reached my apartment, I just opened the door and he attacked me immediately. I fought strongly and won over him.

At that time, I was still young; I did not know what he tried to do to me. I did not want anybody to touch me or kiss me, as my mother told me: "Don't let any boy kiss you, your beauty will be affected with that kissing, your beautiful cheek will become droopy. " That is all -- I only knew it was bad...wrong.

Later I grew older and a little bit wiser; I knew he was a rapist. I was scared, terribly scared. At that time, I did not have any enemies, everybody was my friend, and he (the bad guy) knew it. People are surprised with this statement but I am telling the truth; in my community, we lived with all doors opened, and nobody came into our houses to do anything wrong even when we took an afternoon nap. All my friends, Mr. B, Mr.K, Mr. M, Mr.T, and Mr. N, came into my parents' house to ask to visit and become friends. My parents welcome them and then we are friends.

I was a winner and that is why I accepted, when he asked me. He asked me, "We are still friends?"
I said, "Yes." He knew it - that I am a good person.

After that situation happened, I went home. I had only $10.00 piastre (dong) to pay for transportation from my apartment to the bus station. I didn't have money to pay for the fare from Saigon to Dat Do (Baria) but Quoc Thong bus knew me as student and I told the driver that my mother would pay the fare for me. I went home, got angry and tried to find out who he was. I told my relative, and I went back Minh Mang University dorm to ask to see him. The man I asked was the guy.   TTH came out to meet me.

That time, I wanted to investigate what was going on there. I asked Mr. TTH many times what was that about? I got an answer from him but I was not satisfied with his answer. I still wanted to discover that mysterious crime so we became friends. He is a good person. I thought he knew what was going on in my mind but I did not continue to accomplish the mysterious crime solution.

One more time good guy! I let him (the bad guy) be born again and again. I did not know he or his company or his country or the others did whatever, whenever they could to our families. Reason? Why?!!!!

Every body in Bien Hoa base knew it clearly, he and his company tried to amplify their concert drum too loud to prevent the voice of the rapist victim from being heard. They tried to turn my story into their foggy story.

But he and his company did not know that I'm always a good person. Wherever, whenever I went, he (the bad guy) followed me. That is why he knew I had kept my diary books in my parents' house in Dat Do, Baria Viet Nam. I saw him, when I tore out my diary pages, which I wrote down about him. That was the reason my friends and my ex-husband's friends read my diary books. Who stole it? And where it is now? Bad guy will always be a bad guy.

He may know who he is and what he or his company did to my children, my family, and my relatives.

After Saigon fell, my family fled out and took refugee in the USA. I moved, and he (the bad guy) moved along.

Back to my accident:

4-

I sold my house at 4830 Traves Street and bought another one at 9811 Andover Drive.

My first son, Long, graduated from Abramson High School.

I divorced my husband that year.

Then later I had fallen sick, perhaps an allergy or the flu. I went to the doctor to get some medicine. I do not know if it was malpractice or some hypnosis of another kind without my knowledge.

After the second or third visit, I left the doctor's office. I went home, then I left my children by saying goodbye to them when they walked home from Drugstrore with my

prescribed medicine. I cried on the street and bought an airline ticket to San Francisco. There, I physically collapsed and was sent to San Francisco General Hopital. Two persons rolled me in a wheelchair to an van and transported me to some other place.

My mind is blanked from the time I had both my arms and body tied to the wheelchair   until I was placed in a woman's clinic. After that I was transferred to Saint Francis Memorial Hospital in San Francisco. In the hospital is where I remembered that I had left my house one week ago. There, I also experienced an earthquake. Two lawyers came to meet me and I went with them to a board room and answered questions from the chairman and the members.

5-

My children called their father. He called the Federal Bureau of Investigation (FBI). My ex-husband came to San Francisco and I went home with him the next day.

5-

After I came home, I thought I was going to die. My heart...my nerves... I was dying. I unlocked the door for my children to get in when they came home from school.
Then I thought about my children without me. "Oh no! No! I must stand up and fight." I decided to fight, and I fought in confidence to get past it.
I was alive and saw my children but I could not do anything. Fatal!
Later I went to Delgado Community College. I finished the course I took and got a certificate. I could not find a job.
Long graduated with a Bachelor of Science degree at the University of New Orleans (UNO). Kim-Chau, my daughter, graduated from Abramson High School.

Back to my divorce:

When I divorced, I divided my property in half for my husband. I wanted to sell my house. My ex-husband wanted to buy it. We agreed that he would pay for the house by supporting his children and pay the monthly mortgage for the house. I told him that if he paid that way, he had to give me $5000.00 dollars at the end.
I did have money that he agreed to give me when I went back to Viet Nam in 1988. Since he borrowed the $5000, Long had to pay of that debt for his father.

Back to after I finished school at Delgado:

I could not find a job. My income from selling the house was nearly all used. Now I had reached a wall. I told my ex-husband that I wanted to go back to Viet Nam. I told him to replace me and take care of my children. I also missed Viet Nam, my mother and my relatives so much. I really wanted to make a trip back to Viet Nam and if I died, I would die there.

At the airport, I could not describe the pain in the gesture, the face and in the eyes of my youngest son, Thong. I decided to visit Viet Nam and my mother for one month, and then come back to the United States.

I did not know what was going to happen in my future and I could not imagine. But I kept going like I had to overcome whatever it would be. That was the true feeling in my whole body at that time. Only for my children, I had to do it.

7-

When I left Vietnam to return to the United States, I cried a lot. I brought Viet Nam with me in my heart. The first thing I did was write a letter to the Vietnamese government in care of the Viet Nam Embassy in the United States. In that letter, I expressed that I am an exiled Vietnamese citizen who wants to appeal to the Vietnamese government to open their policy to lead the nation and their people out of the current state of the nation.

The second thing I did for myself and my children was to go to the city office to apply for welfare because I had spent all of my money for that trip. I had bought the airline ticket, had transportation expenses in Viet Nam, had bought gifts and gave money to relatives in Viet Nam, and finally had bought land where I would later rebuild the house for my mother in the same place where my parents' house was destroyed during the war.

The office assistant told me to apply for my children with me. I told her, "My ex-husband is living in my house and he has a job so he can buy food for his children." I cancelled my application.

8-

I bought garage sale items and new merchandise at wholesale price, and then went to the New Orleans French Quarter to resell them in a flea market. The flea market's owner offered me free rental space and in return, his wife bought merchandise for me to sell for them.

I rented an apartment at Cameron Boulevard, close to UNO and Benjamin Franklin High School. My children moved to this apartment to live with me. Long and Kim Chau attended college at UNO, and Thong went to Benjamin Franklin.

I stopped selling goods at the flea market, and went back to school at UNO. I had a work-study job at library.

Long graduated Master of Science at UNO. Kim Chau was accepted at Xavier University Pharmacy School in New Orleans. Long found a job at Stennis Space Center.

9-

Thong received a scholarship for the University of Texas at Austin (UT). He wanted to go there so I let him go and I moved to Austin with him.

Long and Kim Chau moved back to 9811 Andover Dr.

Their father needed them now, and I felt safer that they were with their father than by themselves.

Kim Chau and Thong had not graduated yet, and their father remarried and moved out of Andover Dr.

Long and his father exchanged houses. Long bought a new house for his father and Long took the house at Andover Dr.

9-

In the summer, Thong and I went back to New Orleans with Long and Kim Chau.

Kim Chau graduated Doctor of Pharmacy (Pharm D) from Xavier University, and I flew back to New Orleans for her graduation.
I flew back to Austin for Thong's graduation. He graduated with a Bachelor of Science in Engineering at UT.

10-

Thong and I moved back Andover Dr.
Kim Chau received an internship in Mississippi.

11-

Thong attended the UNO Ph.D. program.
Kim Chau finished her internship and found a job in Texas.

11-

11-

12-
Thong received a Master's degree but did not get Ph.D. degree yet
although he finished all the coursework. He went to work in
Philadelphia at Suburban Cable.

12-here import the picture file name:
phiempdiary55,56,57,58,59,60,61, and62

I made a trip to Germany, Austria, and Switzerland.

11-

11-

11-

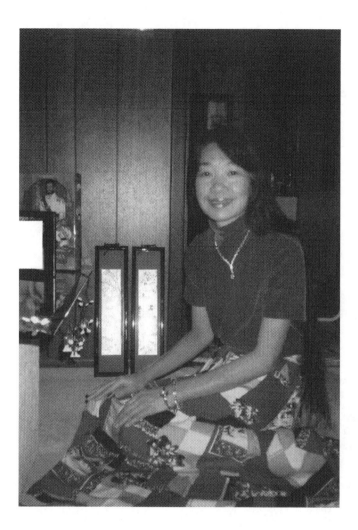

12-

Thong received a Master's degree but did not get Ph.D. degree yet although he finished all the coursework.
  He went to work in Philadelphia at Suburban Cable.

12-

12- He went to work in Philadelphia at Suburban Cable.

13-I made a trip to Germany, Austria, and Switzerland.

14-

Kim Chau moved to Missouri with her fiance.

15-

Long, Thong and I took a trip to Philadelphia's Liberty Bell and New York City.

16-

Long and I made a trip to Quebec, Canada, and Niagara Falls. On the way home to Pensylvania, we visited Pittsburgh, Harrisburg, and the Amish Village.

17-

Long met his girlfriend at Stennis Space Center.

18-

Kim Chau mailed her wedding pictures to my apartment at Timberlake in Philadelphia.

19-

I went on a trip to Mexico and Guatamala.

20-

Thong found a job in Dallas and bought a house there through the internet.
Thong and I moved back south because it is too cold up north.

21-

We live at 3928 Winford Drive in Dallas.

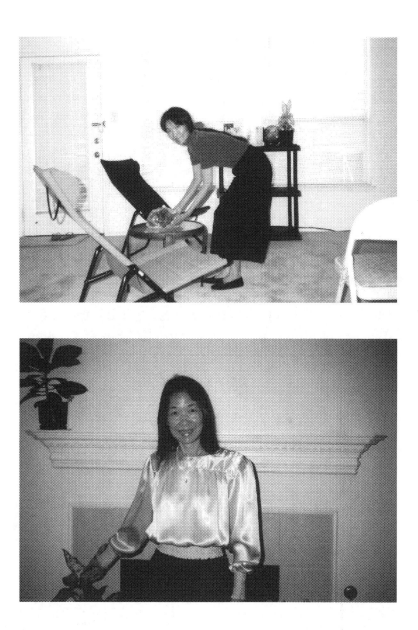

22-

I have prepared for a trip back to Viet Nam. I plan to ask the Viet Nam goverment to return my property. After I have my property back, we will sell it and divide the money in three between myself, my sister and my brother, because my sister and I invested together to open Kim Long Pharmacy. My sister and I each contributed half to purchase the pharmacy building, and my brother has been living there since we opened that pharmacy.

Fourteen years after December 1988, I flew back to Viet Nam for the second time. On October 7, 2002, I emailed Thong at Ton Son Nhat airport and I called to talk to him that I will come home soon. I rented a taxi after I emailed Thong, to go my mother's house in Dat Do, Baria. I met my relatives there.

I saw that my country now is in an economic development process. The entire country is improved. I am happy for my country. I went back Saigon and I went to visit my relatives there. I went to Van Hoa Thong Tin, Saigon. I met the director there and talked to him. He sent me to Ho Chi Minh City Publisher. I gave them my manuscript. If I want to publish my book there, I have to come back there again and arrange with them the way I want my book to be presented.

I flew back to the USA on October 25, 2002. Thong took a trip in Chicago. I took a taxi home. Time lag bothered me for 20 days. When I recovered, I translated my document to French and German. I had software to translate to Latin, Spanish, and Portuguese but I could not correct some mistakes in the text. I tried to do everything I could to move to other place before the things get worst. I did not want to say anything.

23-

Then Thanksgiving, I told my son to call his father, because my mother told me that he lives alone now. I want his father to live here with him.

24-

On December 7, 2002, I told my son that I wanted to talk with him outside the house. We went to the park that weekend to talk but it was too cold outside then we went back to sit inside my son's car (a black Toyota new car he just bought when I was on the Viet Nam trip).

I told him, now with plastic surgery and other techniques, I really do not know if someone is real or generic. I supposed it is real, and consider it is real. I am telling the truth with the real thing, and to the real person.

First, why did I leave the three of you, after I tried everything I could, and sacrificed everything I had to devote to my children with tragedy and pain? Because your mother has been abused and humiliated. I only wish to raise my children until they grow up and they can take care of themselves. I asked him, what has happened to him since Philadelphia. Thong has changed since that time.

Thong acts like Kim Chau, exactly Kim Chau. I told him I do not know why but I surely knew it. I told him, "you are still young and like mom as I was your age. Be careful." I told him everything that was happened in my life for him to be aware of that. I remind him," Before I made a trip to Viet Nam, how many times and how long I told you to call your father to come here to live with you if your father lives alone. Why you did not tell me anything? Why? Reason?" I could not let Thong live alone without a single relative here.

24-

I came back here and I am swimming in cold ice. I don't know how to say it -- first Kim Chau and then Thong. Who made the trap? Who made the box? I may answer, that was the expert not my son. Tragedy and tragedy that I have heard along my life?

YES

That was not only mental abused, that was not only a humiliation, that was not only family tumor process, that was not only the isolate case, that was not only hypnotized method, that was not only physical abused, that was not only chemical biological material, that was not only financial matter.

I tried to buy a mobile home for about $6000.00 or $7000.00 but I could not buy it, so I rented an apartment in Houston to move on February 2, 2003. I looked for a job, but no jobs were available. Later Dollars store business but no money to do. I moved here to there then there to here.

On March 8, 2003 I sent an email to my children's father. I told him everything that has happened. I wanted to leave my children so I wanted him to replace me to look after them to see what is going in our children's life. I am empty now. I cannot handle anything anymore. This year is like an atomic bomb to me. This is their result, they wanted me to ride and each of my family member to ride on the glide they wanted .

25-

Then I set up an online business with the rest of the money I have on my hand to open an E-store on June 1, 2003. I also have chosen a Drop Shipping program.

What do they gain? How much do they get? How much and how many is enough?
Some one can explain the method, the process what they did to abuse human dignity, human life, and their whole lives?

This point is the point to start movement to erase that evil and ill science. My whole life is the one of their victim experiencing life.

Can I earn your degree to fight against this science? Our strong voice is determined loud and clear to rescue the human life and human dignity. The abstract subject.

For more than 50 years what scientists have research in this field? The result as today you can see is the dramatic crime. People can be read their mind; your pin and password are not your secrets! You can imagine what they will do to prevent you from doing what you want to on every field and maneuver you to go on their track how ever they want! Of course, they can read your subconscious mind, and invade your mind, and the bad thing or good thing can be analyzed to use and abuse you. Conjunction!

Scientist's hope, in the future, they can build a human robot. Those robots will perform robot actions under a master controlling headquarter. This is a violation human dignity! We cannot accept that and we cannot tolerate that. Every one will be impacted under this process. Every one may become a victim under this processing system. You, your family, and out there your societies, your countries will be dramatically impacted.

Today, scientists may declare their successful project and in the meantime to decide to dump this project into the center of this planet. Your award is my life. Please, please listen to me and wake up your human dignity.

DEPRIVE SUBCONSCIOUS MIND PROCESSING

People will think: They are God!
NO
The Neuron Chip
I had this experience after the Texas lottery result with this series of numbers: 2-19-22-32-42-52. The jackpot for this time was over 70 million dollars.
During that week, I dreamed things and people I met always involved the number 2. I told my son that I could not decipher my

dream.   I wanted to buy a lottery ticket with 2-12-22-32-42-52 but the numbers looked strange, and the lottery result would never come out like that. I bought a ticket with only the number 22. Nobody won that jackpot.

After that strange lottery week, I began dreaming somebody dream (in a place I never visited and people I never met although it was in Asia and they were Asian). Then I have no more dreams at all for more than 2 years. Then later I dreamed just less than a second before I woke-up, the thing they wanted me to remember, almost sex dream and defected dream. Do you see the computer work properly as our brain? This is the answer.

THE HYPNOTISM SUBJECT

Today every one knows the hypnotism exists and what it performs. In ancient times, this exercise was popular, but then their light was turned into darkness. We all understand the reason. This is the one of the abstract subjects.   The whole world knows about chemical, biological, laser so I don't want to write about that here.

This is my picture book. Reach out to your hands with my messages as the siren to alert the whole world that what has happened to me, it could happen to anybody, you, or your family members. We are human and we need to joint hands together to protect our human dignity.

Phiem
September 27, 2002
Dallas, Texas USA

Revised June 12, 2003
Dallas,Texas USA

Author: Phiem
Checker: Thong Trinh

AUTHOR: PHIEM
COMPUTER SUPPORT: THONG TRINH
PUBLISHER: PHIEM

ISBN: 1-4120-1182-5   PRICE:

PHIEM

Duyên Dáng
Thông Điệp

DEDICATION

Huong ve cac con toi va the he mai sau.

DE MUC

26. Toi sua soan cho thuong mai tren mang voi so tien con lai trong tay toi de khai truong vao ngay 1 thang 6, 2003. Toi cung chon chuong trinh Drop Ship nua ...
27. THUC HIEN DE TUOC DOAT TIEM THUC
28. TIEU DE THAU MIEN

KÍNH THƯA ĐỌC GIẢ:

Vào cuối thập niên 50 ở Việt Nam khi tôi dược mười ba tuổi, tôi rời gia đình làng quê dến Sàigòn để lên trung học và tôi bắt đầu viết nhật ký từ thời gian đó cho đến khi tôi đám cưới.

Vì tôi không tiếp tục viết nhật ký nữa sau khi tôi đám cưới, tôi giữ 2 cuốn nhật ký của tôi ở nhà Cha Má của tôi ở Đất Đỏ, Bàrịa, Việt Nam. Tôi cất kỹ lắm, nơi Cha Má tôi giữ tiền và nữ trang. Dù rằng tôi không còn viết nhật ký nữa nhưng tôi vẫn ghi lại nhiều kỹ niệm và những biến cố trong đời tôi qua phim ảnh.

Chỉ vài ngày trước khi Sàigòn sụp đổ vào ngày 30 thang 4, 1975, gia đình tôi (tôi và 3 con tôi, chồng tôi sau khi Sàigòn mất mới đi) vội vã rời Sàigòn. Bất hạnh thay, tôi chỉ lấy đi được một ít thôi. Chúng tôi dịnh cư ở nước Mỹ, và cũng sốt sắng ghi lại hình ảnh những gì đi qua trong đời tôi. Nhiều lúc tôi chụp xong, để đó chưa có dịp đê rửa phim, lúc rửa phim ra tôi quên mất, phải lâu một chút mơi nhở được hình chụp lúc nào và ở đâu.

Tôi nghĩ kiểu ghi nhật ký mà tôi chọn nầy khá đắc đỏ, nhưng nhiều kỹ niệm và biến cố phản ảnh thời gian trong đời mình dược ghi lại qua phim ảnh cũng quý và thuthú vị nữa. Khi tôi viết những dòng chữ nầy, tôi cãm thấy lòng tôi lắng đọng xuống và bình thản thể như linh hòn và trái tim đối thoại với nhau rất rõ ràng. Xuyên qua con đường tôi đa đi trong cuộc đời mình, tôi cãm nhận được rằng vũ trụ thật bao la, và mỗi cá nhân chúng ta trong vũ trụ rộng lớn nầy thì hoàn toàn bé nhỏ. Vì thế chính thật trong đời sống chúng ta dường như cãm thấy . . …. , tôi đã có quá nhiều lần đã ngã gục và thất bại. Tôi cãm thấy quá khứ, hiện tại và tương lai tôi hình như đang hợp ca chung một bài hatt của nhân loại, và những dấu (notes) … tròn, trắng, đen … trên bản nhạc mà tôi đã ghi xuống và trình bày cùng quý vị.

Hai cuốn nhật ký … Tôi tự hỏi nó đang ở đâu….Nhà Cha Má tôi ở Đất Đỏ đã hoàn toàn tiêu tan vì bom đạn trong chiến tranh Việt Nam.

Sau biến cố 30 thang 4, 1975, tôi làm thơ, giữ ở nhà và rồi cũng mất.

Thông thường, tôi tin người ta giữ tiền bằng cách gởi vào ngân hàng, nư trang gởi trong hộp an toàn, những gì còn lại để ở nhà. Tuy nhiên, có nhiều vật, nhiều thứ không thể mua dược bằng tiền, vì thế muốn cất giữ nó, tôi xuất bản cuốn sách hình của tôi va giờ đây tôi xin trình bay dên quý vị.

Một chuyện kỳ lạ xẩy ra, ngày 27 tháng sáu năm 2003, sau khi tôi hoàn tất quyển sách nầy, tôi mở thùng cất giữ hình ảnh của tôi ra và thấy hai cuốn tập thơ của tôi đã chu du nơi đâu đó và bây giờ được trả trở về đây cho tôi. Toi sẽ sửa soạn xuất bản hai tập thơ của tôi trong tương lai rất gần và gởi đến bạn.

Trân Trọng,

Phiêm
Dallas, Texas USA
September 27,2002

Revised: June 27, 2003
Author: Phiêm

PHIEM

1-

Năm 1972, gia đình tôi đang trong tình trạng đen tối và bắt đầu đi đến tan vỡ. Tôi muốn ly di ở thời gian đó.

Với Sài gòn sụp đỗ vào ngày 30 tháng 4 năm 1975, gia đình tôi di tản khỏi Việt Nam và định cư ở nước Mỹ.

Chúng tôi bắt đầu lại với mỗi người hai bàn tay trắng, vì thế tôi không thể ly dị lúc đó được. Tôi còn nguyện với lòng tôi, tôi cố gắng làm tất cả những gì tôi có thể để giúp chồng tôi vượt qua thời gian khó khăn hiện tại này. Tôi sẽ ly dị khi chồng tôi ở trong tình trạng, tình thế tốt đẹp hơn. Tôi có nói và chồng tôi biết như vậy.

Sau khi tôi mổ bứu cổ, tôi đi làm ở tiệm Kent's

Tôi gởi con trai nhỏ nhất của tôi vào trường giữ trẻ.

Tôi làm tất cả mọi chuyện để cho chồng tôi có thì giờ để học. Ông đi làm ban ngày và đi học ban đêm.

Tôi để dành tiền rồi sau đó tôi mua nhà đầu tiên ở Mỹ, địa chỉ 4830 Traves Street.
Chồng tôi ra trường Delgado Community College vào mua Thu
Lễ Giáng Sinh qua, Tết Dương Lịch qua

3-

Ngày 3 tháng giêng dương lịch, năm 1979, tôi bị ám sát hay bị hành hung ở trong nhà của tôi, tôi cho đó là tai nạn.

Tôi chưa ly dị vì tôi còn chờ đến khi chồng tôi trong tình thế tốt và vững vàng hơn.

Tôi muốn ly dị một thời gian rất dài, nhưng đó không phải là lý do để tôi làm bất cứ điều gì sai quấy. Nhưng sau khi tai nạn đó đến với tôi, tôi đã hoàn toàn sụp đổ. Bây giờ tôi hiểu được lý do.

Khi tôi còn là học sinh trung học ở Việt Nam, tôi đi làm ở nhà saách Vĩnh Bảo ở Sàigòn. Khách hàng đến mua, đọc sách, làm quen, trở thành bạn. Người nầy đã cố tình dùng thứ gì đó ..., tôi không dám uống nước cam ông ta mời tôi, khi tôi đi làm về, ông đón tôi trước cửa tiệm sách, ông nói có chuyện cần nói với tôi và mời tôi đến tiệm ăn trên đường Lê Thánh Tôn gần chợ Bến Thành. Tôi nói ông ta "đứng nơi đây nói được rồi", ông ta cố thuyết phục tôi đến đó nói chuyện thoải mái hơn, tôi đồng ý và dẫn xe đạp của tôi dọc theo đường Lê Lợi đến tiệm an đó, tôi không dám uống nước cam ông ta mời tôi. Tôi đi về. Dịp khác đến ông dùng thứ gì khác ..., tôi không ăn, không uống, không người thấy mùi gì cả mà tôi phản ứng như là sự tự nhiên vậy. Tôi giải thích "natural control" từ điểm nầy trong đời của tôi.

Tôi có ghi lại biến cố nầy trong nhật ký của tôi, nhưng tôi còn nhỏ và ngây thơ, thật thà, tôi không hiểu là gì cả!

Bây giờ tôi lớn khôn hơn, tôi nhớ lại những gì tôi trải qua, tôi HIỂU được, đó là gì! Chắc chắn như vậy, đó không phải chỉ là chất hóa học, đó không phải chỉ là phương pháp thâu miên, đó không phải chỉ là điện từ lực, ngày hôm nay còn là electronic chip hay là micro chip nữa!

Ngày hôm sau, sau khi chuyện đó xẩy ra, tôi đi làm và để $900.00 đồng tiền lương tôi mới vừa lãnh tháng đầu tiên ở nhà sách Vĩnh Bảo Khi tôi về, tôi khám phá tiền đã bị ai ăn cắp cả rồi. Tôi khóc, tôi không biết, tôi làm sao có tiền để trả tiền nhà và tiền ăn cho tháng tới.

Tôi đi buýt (bus) đến đại học xá Minh Mạng, tôi muốn nói chyện mất tiền nầy với người đàn ông đó, ông cho tôi địa chỉ ở đó.

Tôi muốn gặp người tên đó với ông làm việc ở văn phòng khách, ông đi vào tìm, ông nói với tôi, không có ở đó. Tôi đi ra, khi đến cổng trước, tôi thấy có người đàn ông đậu xe velo solex ở đó và hỏi tôi đi tìm ai và bây giờ đi đâu.

Sau khi tôi nói cho ông ta biết và tôi bây giờ tôi đi về nhà, ông nói để ông đưa tôi về, tôi đồng ý.

Khi đến nhà, tôi mới vừa mở cửa ra, ông ta thình lình tấn công tôi ngay lúc đó, xúc phạm tôi. Tôi chống trả mảnh liệt và tôi đã thắng. Tôi còn nhỏ dại, tôi không hiểu ông ta cố tình làm gì tôi. Lúc đó tôi không muốn bất cứ ai hôn tôi hay đụng vào người tôi, má tôi nói, nếu tôi để cho con trai hôn tôi, gò má của tôi sẽ xệ xuống. Tôi chỉ biết như vậy thôi. Hành động tấn công và xúc phạm tôi như thế là hết sức sai quấy như vậy thôi.

Sau nầy, khi tôi lớn khôn hơn, tôi biết đó là ông ta cố hiếp dâm tôi, tôi sợ quá và hết sức sợ vì biết hậu quả của nó ra sao.

Vào thời gian đó, tôi không có kẻ thù, tất cả mọi người đều là bạn và người đàn ông đó cũng biết như vậy.

Người ta ngạc nhiên với câu nầy nhưng tôi nói sự thật; tôi sống trong làng, tỉnh,nhà, nhà, với tất cả cửa mở, không ai ngồi ở đó để trông chừng nhà cả, ngủ trưa cũng vậy thôi, không ai vào nhà làm bất cứ cái gì sai hay ăn cắp thứ gì của ai.

Tất cả bạn của tôi ở Đất Đỏ và Bàrịa, Ông B, Ông K, Ông M, Ông T và Ông N, đến nhà tôi, xin phép Cha Má tôi đến thăm và làm bạn. Cha Má tôi đón tiếp và chúng tôi thành bạn.
Tôi là kẻ chiến thắng, nên khi người đàn ông đó hỏi,
"chúng mình vẫn là bạn?"
Tôi gật đầu, nguoi bạn xấu đó, biết tôi quân tử thế nào.
Sau khi chuyện đó xẩy ra, tôi trở về Đất Đỏ,Bàrịa. Tôi chỉ có $10.00 đồng thôi, tôi chỉ trả tiền cyclo từ nhà mướn đến beến xe miền đông. Tôi không có tiền để trả tiền xe từ Sàigòn về Đat Đỏ, tôi nói ông Quốc Thống, Má tôi sẽ trã tiền xe cho tôi, ông biết tôi là học sinh, ông chịu.

Tôi về nhà tôi thấy tức lắm, tôi nói cho người bà con biết, tôi trở lên Sàigòn, tôi đến đại học xá Minh Mạng tìm gặp ông" natuaral control" với tên ông ta, lần nầy ông TTH ra gặp tôi.

Tôi muốn điều tra xem việc gì, tôi có hỏi Ông TTH nhiều lần và được trả lời, nhưng tôi chưa vưa lòng với câu trả lời của ông, nên chúng tôi là bạn. Ông ta là người tốt. Tôi nghĩ ông biết trong đầu tôi, tôi muốn tìm kiếm cái gì đó nhưng đến lức tôi không thể tiếp tục cho đến khi giải đáp được mục tiêu bí ẩn.

Lại một lần quân tủ nữa, tôi để cho người bạn xấu tái sinh, lại tái sinh.
Tôi không biết ông bạn xấu đó, hay đoàn thể của ông ta, hay quốc gia của ông ta, hay ai khác nữa, cố làm bất cứ những gì và bất cứ lúc nào có thể được cho gia đình tôi. Lý do? Tại Sao?!!!!!!

Tất cả mọi người ở Căn Cứ Không Quân Biên Hòa, Việt Nam biết rất rỏ, người bạn xấu và đoàn thể của ông tung quả mù.
Nhưng ông bạn xấu và đoàn thể của ông đã không biết tôi là quân tử.
Nơi nào tôi đi, có ông bạn xấu lẻo đẻo theo sau. Đó là lý do. tại sao, ông bạn xấu đó biết tôi có giữ nhật ký ở nhà Cha Má tôi ỏ Đất Đỏ, Bàrịa Việt Nam. Tôi thấy ông ta khi tôi xé rời mấy tờ nhật ký mà tôi đã viết về ông ta. Đó cũng là lý do bạn làm cùng sỡ tôi và bạn của chồng tôi có đọc nhật ký của tôi.

Ai đã ăn câp nhật ký của tôi? Và bây giờ nó đang ở nơi nào? Ông bạn xấu đó luôn luôn là ông bạn xấu.
Ông ta có thể biết ông ta là ai và những gì ông ta và đoàn thể của ông ta đã làm cho con tôi, gia đình tôi, và thân nhân tôi.

Sau Sàigòn sụp đỗ, gia đình tôi di tản và định cư ở Mỹ. Tôi di chuyển nhiều nơi và ông bạn xấu đó cũng di chuyển theo sau tôi.

Trở về tai nạn của tôi:

Tôi bán nhà 4830 Traves Street và mua nhà 9811 Andover Dr.

4-

Con trai lớn của tôi ra trường trung học Abramson High School.
Tôi ly dị năm nầy.
Sau đó tôi bị đau như bị cãm. Tôi đi bác sĩ để mua thuốc uống. Tôi
không biết đó có phải là malpractice hay là môt phương pháp thâu
miên hay là gi khác nữa, tôi không hiểu được.
Sau lần thứ hai hay thư' ba đến văn phòng khám bệnh. Tôi trở về
nhà, tôi rời con tôi, chỉ nói good bye với chúng nó khi chúng no đi
mua thuốc về cho tôi.
Tôi khóc trên đường đi đón bus đi ra Airport và mua vé đi San
Francisco. Ở San Francisco, tôi đã xiểu ở đó và người ta đưa tôi vô
nhà thương San Francisco General Hospital. Hai người đến đưa tôi
ngồi trên wheel chair (xe đẩy vì không hiểu tại sao chân tôi bị đau
lúc ở trên máy bay) và đẩy ra ngoài để chuyển lên xe van, lái đi nơi
khác.
Sau khi chuyển lên xe van chừng vài phút thôi.Tôi không biết và
không nhớ gì sau khi tôi bị buột dính vào xe đẩy cho đến khi tôi ngồi

ở trong bệnh viện của đàn bà. Sau đo người ta chuyển tôi đến Saint Francis Memorial Hospital in San Francisco. Nơi đây, tôi mơi biết dược, tôi đã rời nhà một tuần lễ. Nơi đ', tôi cũng được chứng kiến kinh nghiệm của động dất.

Hai người luật sư đến gặp, nói chuyện với tôi và tôi theo họ đến phòng hợp của ban điều hành nhà thương và trả lờii những gì người ta hỏi tôi.

Con tôi gọi điện thoại cho Ba của chúng nó. Ông gọi cho FBI (Federal Bureau of Investigation). Ông bay lên San Francisco và tôi đi về nhà với ông ngày hôm sau.

5-

Sau khi tôi về nhà, tôi tưởng tôi sẽ chết. Tim tôi , thần kinh tôi, tôi chết.. Tôi đi mở khoá cửa để con tôi về vô nhà được. Tôi chợt nghĩ, con tôi không có tôi.
Không, không, tôi phải chiến đấu và phải thắng.
Tôi sống, tôi còn thấy con tôi nhưng tôi không làm gì được nữa. Tàn Phá!

Sau đó tôi đi học ở Delgado Community College. Tôi hoàn tất chương trình và được chứng chỉ. Tôi không tìm được việc.
Long ra trường Cử Nhân Vật Lý ở UNO(University of New Orleans).
Kim-Châu, con gái tôi, ra trường trung học Abramson High School.

Trở lại ly dị:

Khi tôi ly dị, tôi chia nhà phân nữa cho chồng tôi. Tôi muốn bán nhà. Ba của con tôi muốn mua. Chúng tôi đồng ý, ông phải trả tiền trợ cấp nuôi con và nợ ông mua nhà cho tôi hàng tháng. Tôi nói ông, nếu trả thế nầy, cuối cùng ông phải đưa cho tôi $5000.00.
Ông có đưa cho tôi số tiền đó khi tôi đi về Việt Nam năm 1988. Ông mượn $5000.00, Long trả nợ cho Ba của nó.

Trở lại sau khi tôi hoàn tất Delgado:

Tôi không thể tìm được việc làm. Tiền bán nhà cũng đến ngày gần hết. Tôi đã chạm chân tường. Tôi nói Ba của chúng thay tôi lo cho chúng nó, để tôi đi về Việt Nam, tôi cũng nhớ Việt Nam và thân nhân nhiều lắm, nếu tôi co chết, tôi chết ở đó.

Lúc đưa tôi ra phi trường, tôi thấy Thông hết sức khổ đau, tôi thấy thương con quá, tôi chỉ về thăm Việt Nam và thân nhân một tháng thôi, tôi sẽ trở qua Mỹ lại.

Tôi quyết định như vậy rồi, tôi không biết những gì chờ đón tôi trước mặt, nhưng mà tôi phải đi, tôi phải vượt qua bất cứ những gì. Đó là tất cả sự cảm thấy trong toàn thân tôi thật sự lúc đó. Chỉ vì con tôi, tôi phải làm.

7-

Khi tôi rời Việt Nam, tôi khóc rất nhiều. Tôi mang Việt Nam theo trong tim tôi.

Việc đầu tiên, tôi làm, tôi viết thơ gởi cho Chính Phủ Việt Nam qua văn phòng Đại Sứ Việt Nam ở Mỹ. Trong thơ đó, tôi diễn tả thân phận một người Việt Nam lạc loài, yêu nước, van nài chính phủ mở rộng bang giao và sáng suốt đưa Việt Nam thoát khỏi tình trạng như hiện nay.

Việc thứ hai tôi làm cho tôi và con tôi, tôi đến văn phòng xin trợ cấp xã hội bởi vì tôi xài hết trơn tiền. Tôi mua vé máy bay, tiền xe, tiền mua quà, tiền cho bà con và mua đất nơi đó sau nầy tôi cất lên nhà cho Má tôi cũng chính trên nền nhà của Cha Má tôi bị chiến tranh Việt Nam tiêu tan 1972.

Nhân viên văn phòng ở đó, kêu tôi khai cho con nữa. Tôi nói bà, có ba cua cac con tôi đang ỏ trong nhà, ông có việc làm, ông mua đồ ăn cho chúng nó được. Tôi hủy đơn.

8-

Tôi mua đồ dùng rồi,và hang hóa mới giá sĩ rồi tôi đem ra French Quarter ở New Orleans bán lại. Ông bà tiệm bán đồ cũ giúp tôi, không lấy tiền mướn chỗ, đỗi lại, bà mua hàng hoá về cho tôi bán cho bà và nhiều người khác giúp tôi nữa.
Tôi mướn nhà ở Cameron Boulevard, gần trường học UNO và Benjamin Franklin. Con tôi đến ở với tôi ở đó. Long, Kim-Châu đi học ở UNO, Thông đi học ở Benjamin Franklin.
Tôi nghỉ bán và đi học trở lại ở UNO. Tôi làm việc ở thư viện.
Long ra trường Thạc Sĩ Vật Lý.

Kim Châu được nhận vào Xavier University Pharmacy ở New Orleans.
Long có việc làm ở Stennis Space Center.

9-

Thông có học bổng ở Austin.

Thông được học bổng ỏ University of Texax at Austin (UT). Thông
muốn đi học ỏ đó, tôi di chuyển lên đó với nó.
Long va Kim-Châu dọn về 9811 Andover DR. ở với Ba của chúng
nó. Ba của chúng nó cần chúng nó, tôi an lòng để nó ở với Ba của
nó hơn chúng nó ở một mình.
Kim-Châu và Thông chưa ra trường, Ba của chúng nó đám cưới,
dọn ra khỏi 9811 Andover Dr.
Long và Ba của nó đỗi nhà, Long mua nhà mới cho Ba của nó,
Long lấy nhà 9811 Andover Dr.

10-

Hè đến, Tôi và Thông về New Orleans ở với Kim-Châu và Long,
Thông đi học hè ở UNO.

Kim-Châ ra trưởg Doctor of Prarmacy (Pharm D) from Xavier University, tôi bay về New Orleans dự lễ ra trường.
Tôi bay trở lên Austin để dự lễ ra trường của Thông. Thông ra trường Cử Nhân Kỹ Sư ở UT.

11-

Tôi và Thông dọn về 9811 Andover Dr.
Kim-Châu đi nội trú ở Mississippi.

12-

Thông vẫn còn học UNO Ph.D program.
Kim-Châu xong nội trú và có việc ở Texas.

34

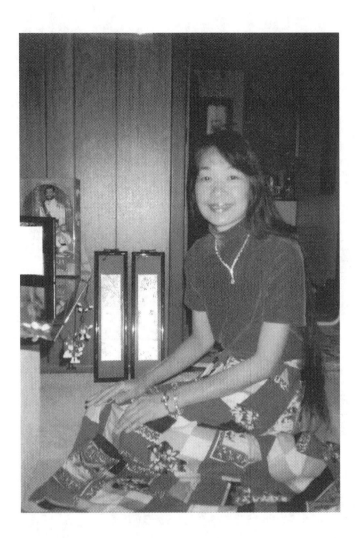

13-

Thông nhận Thạc Sĩ Kỹ Sư nhưng chưa nhận bằng Ph.D. mặc dù đã xong hết tín chỉ. Thông có việc ở Philadelphia.

14-

Thông đi làm ở Philadelphia. Tôi và Thông dọn lên đó.

15-

Tôi đi du lịch ở nước Đức, Áo và Thụy Sĩ.

16-

Kim-Châu dọn lên Missouri với hôn phu của nó.

17-

Long lên Philadelphia thăm. Tôi, Long,Thông, đi tham quan Liberty Bell và New York.

18-

Tôi và Long đi du lịch Canada, Quebec, Niagara Falls. Trên đường về có ghé Pittsburgh, Harrisburg và làng Amish.

19-

Long gặp bạn gái ở Stennis Space Center.
Kim-Châu gởi hình đám cưới của nó về cho tôi ở Timberlake Apt.
Philadelphia
Tôi đi du lịch Mexico và Guatamala.

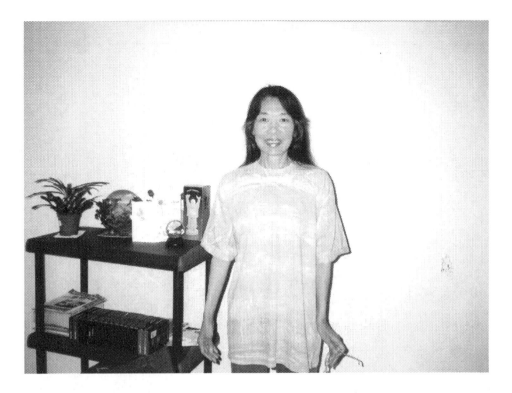

20-

Thông có việc ở Dallas và mua nhà qua internet.
Tôi và Thông dọn xuống miền Nam.

21-

Chúg tôi sống ở 3928 Winford Drive, Dallas.

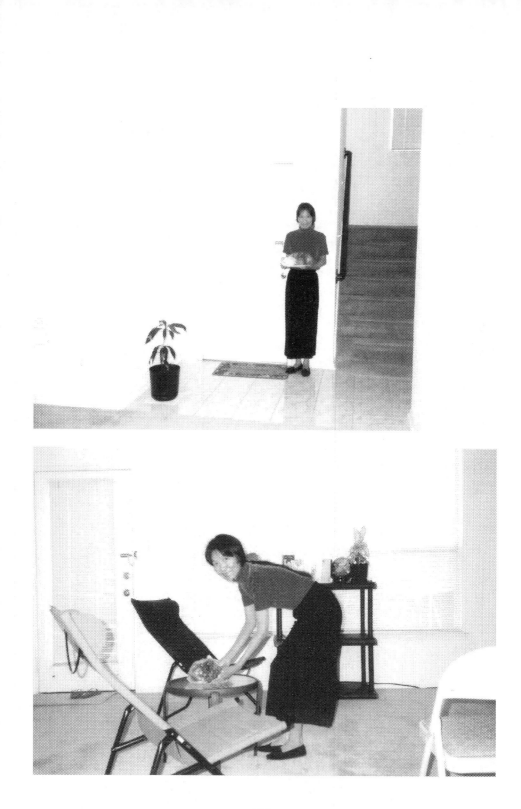

22-

Tôi sửa soạn cho chuyến đi Việt Nam của tôi. Tôi sẽ làm đơn xin lại nhà thuốc Kim-Long mà chính phủ Việt Nam đang trưng dụng từ 1975. Sau khi chính phủ trả lại, tôi sẽ bán và chia làm 3, cho chị Hai một phần, tôi một phần, em tôi một phần vì chị tôi và tôi hùn vốn mỗi người phân nữa mua nhà để mở nhà thuốc, còn em tôi ở đó với chị tôi từ khi chúng tôi mở nhà thuốc.

Mười bốn năm, sau tháng 12 năm 1988, Tôi bay trở về Việt Nam, lần thứ nhì.

Ngày 7 tháng 10 năm 2002, tôi đến Tân Sơn Nhất, tôi Email cho Thông, tôi có gọi và nói chuyện với Thông, tôi sẽ về sớm. Tôi mướn xe có tài xế lái về Đất Đỏ, Bàrịa. Tôi gặp bà con ở đó.

Tôi thấy Việt Nam thay đổi nhiều và đang trên đường phát triển. Tôi rất mừng cho đất nước của tôi. Tôi trở lại Sàigòn, sau khi tôi ghi vé máy bay đi về Mỹ, tôi đến bộ Thông Tin Văn Hóa, Sàigòn. Tôi gặp và nói chuyện với ông dir. Ông gởi tôi đến Nhà xuất bản Thành Phố Hồ Chí Minh. Tôi đưa bản thảo của tôi cho bà đọc. Người đọc bản thảo có tiếp chuyện tôi, bà nói, nếu người ta nhận xuất bản, tôi phải trở về Việt Nam, để tôi sắp xếp cuốn sách theo ý mình.

23-

Tôi trở lại Mỹ ngày 25 tháng 10, 2002.
Thông đi Chicago. Tôi đi taxi về nhà
Time Lag (thời gian thay đổi đột ngột) làm tôi khó chịu hơn 20 ngày. Khi tôi ngủ lại bình thường, tôi bắt đầu dịch bài nầy ra tiếng Đức và Pháp. Tôi có phần mềm để dịch và chỉ sửa những lỗi nhỏ thôi. Còn những sinh ngữ khác tôi không biết sửa lỗi.

Tôi cố tìm nhà, để tôi có thể dọn đi nơi khác, trước khi tình thế trở nên tệ hơn, tôi không muốn nói gì cả.

Lễ Tạ Ơn đến, tôi nói Thông, gọi cho Ba con, hỏi thăm Ba con. Tôi nghe má tôi nói, ông không sống với vợ mới cưới của ông. Tôi muốn ông về đây sống với Thông, nếu ông sống một mình.

24-

Ngày 7 tháng 12, 2002. Tôi nói Thông, tôi muốn nói chuyện với nó ở ngoài nhaà. Chúng tôi đi ra công viên cuối tuần đó, chúng tôi nói chuyện, nhưng trời lạnh quá, nên trở vô ngồi trong xe Thông nói chuyện

Tôi nói, tôi thật sự không biết thiệt giã thế nào, ngày hôm nay với kỹ thuật sửa sắc đẹp, hay còn những thứ khác mà tôi chua được biết. Nhưng tôi đặt trong tình trạng thật, nói sự thật, cùng với người thật. Trước tiên, Tại sao Má rời ba đứa con, sau khi Má đa cố gắng làm tất cả những gì má có thể làm và hy sinh tất cả những gì má có và cung hiến cả đời mình cho các con trong tình huống quá ư trắc trở và đau đớn?

Bởi vì Má của các con bị người ta sĩ nhục, bị hành hạ.

Má chỉ ước muốn nuôi các con cho đến khi trưởng thành, các con có thể tự lo cho mình được và sống được.

Tôi hỏi Thông, chuyện gì đã xẩy ra cho con, má thấy con thay đổi từ ở Philadelphia. Thông, cử chỉ giống y Kim-Châu, Kim-Châu làm thế nào Thông làm giống y thế đó. Tôi nói với Thông, tôi không hiểu tại sao! nhưng tôi chắc chắn hiểu là gì rồi!

Tôi nói cho Thông biết,"Con còn nhỏ dại giống như má ngày xưa ở tuổi của con. Con phải Cẩn thận."

Tôi nói cho nó biết tất cả những gì xẩy ra trong đời của tôi cho nó biết để cho nó phòng ngờ.

Tôi nhắc cho nó nhớ, " Trước khi tôi đi về Việt Nam, bao nhiêu lần, bao nhiêu lâu, má kêu con, kêu ba con về đây ở với con, nếu ba con sống một mình, để má được an lòng. Tại sao con không nói gì cả? Tại sao? Lý do?"

Tôi không thể để Thông sống một mình ở đây, không có lấy một người thân.

Tôi trở về đây và gai gốc.
Tôi không biết gì để nói nửa, trước Kim-Châu và rồi Thông.
Ai đã giăng bẫy? Ai đã đóng thùng?
Tôi có thể trả lời được, đó là tay thiện nghệ bày vẽ ra, không phải con tôi.
"Tragedy" và "Tragedy" mà tôi đã nghe dọc theo cuộc đời của tôi.

VÂNG

Đó không phải chỉ là tinh thần bị hành hạ, đó không phải chỉ là sự nhục nhã thôi, đó không phải chỉ là phương cách mụn nhọt (xào xáo) trong gia đình, đó không phải chỉ là biệt lập cách thôi, đó không phải chỉ là ám sát thôi, đó không phải chỉ là hành hạ thể xác thôi, đó không phải chỉ là hóa học, vi trùng thôi, đó không phải chỉ là laser, điện tử xung kích thôi, đó cũng không phải chỉ là tài chính sự thôi.

Tôi muôn mua trailer vào khoảng 6000.00 hay 7000.00 dollars nhưng tôi cũng không thể mua được.
Tôi mướn apartment ở Houston, tôi dọn đến đó ngày 2 tháng 2, năm 2003. Tôi tìm việc, nhưng cũng không có việc. Sau đó Dollars store nhưng cũng không có tiền. Tôi dọn từ đây đến đó rồi từ đó về đây.

Ngày 8 tháng 3, 2003. Tôi email cho Ba của Thông. Tôi viết hết tất cả những gì xẩy ra. Tôi muốn rời con tôi vì thế tôi muôn ông chỉ thay thế tôi để biết chuyện gì xẩy ra cho chúng nó.
Tôi hết rồi, không còn gì nữa cả. Tôi không thể chịu đựng hơn được nữa. Năm nay như bom nguyên tử đối với tôi.
Đây là kết quả, người ta muốn tôi phải đi trên con đường mà người ta hoạch định cho tôi cũng như thành viên của gia đình tôi.

Rồi tôi sửa soạn cho thương mại trên mạng với số tiền còn lại trong tay tôi để khai trương vào ngày 1 tháng 6, 2003. Tôi cũng chọn chương trình Drop Ship nữa.

Những gì họ thâu vô được? Được bao nhiêu? Bao nhiêu là đủ?

Một ai đó có thể giải thích phương pháp, hệ thống những gì họ đã làm để hành hạ nhân phẩm con người, con người, và trọn đời sống của con người???

Từ điểm này là điểm chuẩn để bắt đầu động chuyển cách mạng để tẩy xoá hành vi ma quỷ và những âm tính khoa học.
Trọn một đời tôi là một trong những nạn nhân của họ.
Hãy để cho tôi mang cấp bằng của quý vị để tôi chống lại những âm tính khoa học nầy.
Ước vọng của chúng tôi bằng lời nói rất hùng mạnh và khẳng định rõ ràng để cứu lấy đời sống con người, và nhân phẩm con người.
Tiêu đề trừu tượng.

Hơn 50 chục năm, khoa học gia đã tìm kiếm những gì trong tiêu đề trừu tượng nầy? Kết quả như hôm nay bạn thấy đó là phạm pháp.
Người ta bị xâm phạm, như họ có thể biết, đọc được trong tri thức của bạn, số pin và password không còn là bí mật của riêng bạn!
Bạn có thể tưởng tượng được những gì họ sẽ làm để ngăn chận bạn những gì bạn muốn và hướng dẫn bạn đi vào con đường họ muốn bạn phải tuân thủ.
Dĩ nhiên, họ cũnng đọc được tiềm thức của bạn, xâm phạm trí thức của bạn và những gì tốt hay xấu được phân tích ra, dùng đó để hành hạ, áp đảo tinh thần bạn. Conjuntion!

Khoa học gia hy vọng, trong tương lai, họ sẽ có thể thiết lập người điện tử. Những người máy nầy sẽ hành động dưới sự điều khiển của Bộ Chỉ Huy.
Điều nầy xâm phạm nhân phẩm thiên nhiên của con người! Chúng tôi không thể chấp nhận và chúng tôi không cho phép.
Tất cả mọi người đều bị ảnh hưởng dưới hệ thống nầy. Bất cứ ai cũng có thể trở thành nạn nhân. Bạn, gia đình bạn, ngoài xa kia là xã hội bạn, quốc gia bạn đều bị ảnh hưởng trầm trọng.

Hôm nay, Khoa học gia có thể tuyên bố những kết quả khả quan và đồng thời quyết định đem hủy bỏ nó vào giữa trung tâm trái đất nầy. Bảng Khen Thưởng của quý vị đó là cuộc đời của tôi.

THỰC HIỆN ĐỂ TƯỚC ĐOẠT TIỀM THÚC

Người ta nghĩ: Khoa học gia là Chúa!
Không
Neuron chip
Tôi có kinh nghiệm sau kỳ xổ số với lô trúng sau đây: 2 19 22 32 42 52. Kỳ độc đắc nầy hơn 75 triệu đô la.
Trong tuần lễ đó, tôi mơ thấy người và vật đều 2. Tôi nói với con tôi, tôi không biết giải giấc mơ. Tôi muốn mua số 2 12 22 32 42 52, nhưng mà thấy kỳ, chắc không bao giờ có như vậy đâu, nên tôi chỉ ghi số 22 thôi. Không ai trúng kỳ đó cả.

Sau tuần lễ đó, tôi bắt đầu mơ, giấc mơ của người khác (người và nơi lạ hoắc, tôi chưa từng đi và chưa từng gặp, mặc dù họ là người Á Châu và nơi cũng ở Châu Á). Rồi tôi không mơ gì nữa cả khoảng hơn 2 năm. Sau đó tôi mơ ít hơn 1 phút trước khi tôi thức, những gì, người ta muốn tôi nhớ khi tôi thức, phần lớn là tình dục và deforme giấc mơ.
Bạn thấy computer làm việc như bộ óc chúng ta không? Đó là câu trả lời.

TIÊU ĐỀ THÂU MIÊN

Hôm nay, tất cả chúng ta đều biết phương pháp thâu miên và thực hiện thế nào rồi. Trong thời xưa với phương pháp thâu miên thịnh hành và phổ biến nhưng rồi lại bỏ vào quên lãng, không ai nhắc đến và không ai muốn dùng. Chúng ta, tất cả hiểu vì sao. Đó cũng là một của Tiêu Đề Trừu Tượng.
Cả thế giới đều biết về hoá học, vi trùng và laser nên tôi không đề cập trong bài viết này.

Đây là cuốn sách hình của tôi. Mong đến trong tay quý đọc giả với lời nhắn gởi như là tiếng còi báo động cho thế giới, những gì xẩy đến cho tôi, điều đó cũng có thể xẩy đến cho bất cứ ai trong chúng ta, bạn, gia đình bạn.
Chúng ta là người, chúng ta cần kết nối tay nắm tay để bảo vệ con người và nhân phẩm con người.

Author: Phiêm
Checker: Thong Trinh
September 27, 2002
Dallas, Texas USA

Revised June 12, 2003
Dallas, Texas USA

AUTHOR: PHIEM
COMPUTER SUPPORT: THONG TRINH
PUBLISHER: PHIEM

COPYRIGHT © 2003 PHIEM
ISBN: 1-4120-1182-5   PRICE:

PHIEM
Ihre Schönheit
Ihre Nachrichten

DEDICATION

Pflichtbewußt zu meinen Kindern und so weit wie zur nächsten Generations.

INHALT

18. Long und ich Fällt eine Reise zu Quebec, Kanada, und Niagara gemacht hatten.
19. Long hat seine Freundin an Stennis Platz Mitte getroffen. Kim Chau hat ihre Hochzeit zu meiner Wohnung Philadelphia abgeschickt Ich bin eine Reise nach Mexiko und Guatamala weitergegangen
20. Thong hat eine Aufgabe in Dallas gefunden
21. Wir leben an 3928 Winford Dr. in Dallas, TX
22. Ich habe für eine Reise zu Viet Nam
23. Ich bin zurück zu den Vereinigten Staaten am 25. Oktober 2002 geflogen.
24. Am 7. Dezember 2002 habe ich meinem Sohn erzählt, daß ich mit ihm außerhalb des Hauses reden wollte.
25. Bin ich hier zurückgekommen und ich schwimme in kaltem Eis was.
26. Dann stelle ich ein Online-Geschäft mit dem restlichen Geld das ich auf meiner Hand zu Öffnung ein E-GESCHÄFT am 1. Juni 2003 aktiv haben. Ich auch einen Drop Ship (Tropfen und Liefernden) habe gewählt.
27. BERAUBEN Sie UNTERBEWUSSTE GEMÜT VERARBEITUNG
28. DAS HYPNOTIK THEMA

Der Text in diesem Buch wurde von einem
Computersoftwarenprogramm übersetzt.

Lieber Leser:

Im späten 1950 Vietnam, als ich dreizehn Jahre alt war, verlasse ich die Landschaft das Heim von meiner Familie für die Stadt von Saigon, Sekundärschule zu besuchen, und habe begonnen, einen täglichen Tagebuch von jener Zeit zu behalten, bis ich geheiratet habe.

Als ich nicht fortsetzen habe, weiter geschriebenen diaries zu behalten, nachdem meine Ehe, ich fest habe gespeichert mein zwei Tagebuch Notizbücher im Haus meines Elternteils in der ländlichen Unterteilung von Dat-Do in Baria, Vietnam . Ich habe sie im gleichen Ort verschlossen, wo meine Eltern ihr Geld behalten hat. Obwohl ich nicht mehr in meinem diaries, ich geschrieben habe, jedoch fortsetzen hat, weiter verschiedene Ereignisse in meinem Leben über Aufnahmen aufzuzeichnen.

Nur ein paar Tage, bevor der Sturz von Saigon am 30. April 1975, meine Familie und ich beeilen mich von Vietnam geflohen bin. Leider konnte ich nur einige Aufnahmen mit mir nehmen. Wir haben Zuflucht in den Vereinigten Staaten genommen, und bald habe ich mein Hobby von Aufzeichnung Ereignisse in meinem Leben durch Aufnahmen fortgesetzt. Es gab Zeiten, als ich einige Bilder genommen habe, aber hat nicht die Chance gehabt, die Rollen des Films zu entwickeln. Wenn sie schließlich Jahre später entwickelt wurden, hatte ich anfänglich vergessen wo, wenn, und, welches Ereignis auf Film gefangengenommen worden war. Es hat nur für mich ein paar Momente genommen, mich an zu erinnern.

Ich denke, daß die Art von Ereignis Tagebuch ich zu behalten zu sein teuer gewählt habe, aber habe die Bilder meines Lebens, das rechtzeitig gefangengenommen wird, der aufregendeste Aspekt meines Lebens ist. Als ich diese Sätze geschrieben habe, fühle ich so Stille, als meine Seele und mein Herz einander so deutlich gesehen hat. Durch die Pfade bin ich in meinem Leben, ich gekommen bin gelaufen zu erkennen, daß das ganze Universum unbedingt ungeheuer ist, und, daß jeder Mensch in diesem Universum überwältigen winzig ist. Damit bedeutungslos unsere Leben die vielmals ich habe fallenlassen sind, und in Ausfall hat übergeben. Ich fühle daß in meiner Vergangenheit, überreicht, und Zukunft habe die ich das Lied gesungen, von was die Leute auf Erden zusammen, und die Notizen machen...abrundet,rund, weiß, schwarz. on das Musik Blatt ist was die ich habe niedergeschrieben und habe jetzt zu Ihnen überreicht.

Zwei von meinem Tagebuch Notizbüchern...ich wundere mich, wo sie sind.... Das Haus meines Elternteils in Dat-Do,Baria vollständig zu Aschen und völlig zerstört durch eine Bombe in 1972 während des Vietnam Kriegs wurde verbrannt. Nachdem das Ereignis des Aprils 30, 1975, ich habe geschrieben Gedichte in zwei Notizbüchern, die ich in meinem Haus und jetzt werden verloren behalten habe.

Im allgemeinen glaube ich, daß Leute ihr Geld durch Einzahlen es in einer Bank, sie behält, ihren Schmuck in einem sicheren Einzahlung Kasten zu behalten, und der Rest ihres Kostbarkeiten in ihrem Haus. Aber gibt es unbezahlbare Punkte, die nicht gekauft werden können, damit zu bewahren sie, ich mein Bild Album herausgebe, und jetzt überreiche ich es Ihnen.

 Eine merkwurdig Geschichte ist, am Juni 27, 2003, geschehen, nachdem ich mein Buch vollendet habe, es meinem Leser zu überreichen. Ich habe meinen Bild Kasten geöffnet und ich habe mein zwei Notiz Bücher gesehen, die ich Gedichten niedergeschrieben habe. Ich werde beide von diesen Gedichten arrangieren herauszugeben und es wird in Ihre Hände kommen.

Die besten Beachtungen,

Phiem
Septembe 27, 2002
Dallas, Texas USA
Autoren: Phiem

Revised: June 27, 2003

PHIEM

3

1-

In 1972, war meine Familie Lage dunkel und hat begonnen, sich zu verschlechtern. Ich wollte Scheidung zu der Zeit. eine. Mit dem Sturz von Saigon ist 30,1975, meine Familie von Vietnam am April geflohen und hat Zuflucht in den Vereinigten Staaten genommen.

Wir fingen von nichts so ich meinen Ehemann zu der Zeit nicht an wollte scheiden. Ich habe zu meinem Herzen gesagt und mich selbst würde den ich versuchen, ihm zu helfen, jedoch ich zu können, bis die Lage für ihn verbessert hat. Dann würde ich ihn scheiden.

Ich habe ihm erzählt, daß und er es gewußt hat. Nachdem ich Schilddrüse Chirurgie gehabt habe, ich an Kent's habe gearbeitet.

Ich habe Kinderstube Schule meinen jüngsten Sohn geschickt. Ich machte alles für meinen Ehemann, damit er Zeit hätte, zu studieren. Er hat während des Tags gearbeitet und ist gegangen, in der Nacht einzuschulen.

2-

Ich habe auf Geld mein erstes Haus an 4830 Traves Straße dann gespart hat gekauft.

Mein Ehemann hat an Delgado Gemeinschaft Hochschule Semester im Herbst promoviert.

Weihnachten und dann ist Neues Jahr an vorbeigegangen.

3-

Nachdem Neues Jahr Tag Januar 3, 1979, ich ein Leidtragender
Versuch eines homocide in meinem Haus gewesen waren, das ich
in Zukunft sehen werde, als der "Unfall".

Ich hatte meinen Ehemann noch nicht geschieden, weil dann ich mehr Mal für ihn zu erhalten in eine bessere Lage haben mußte, als er war zu der Zeit.

Ich hatte gewollt, meinen Ehemann für eine lange Zeit zu scheiden, aber nicht, irgendein falsch-Machen zu verursachen. Aber nach dem Unfall zu mir, ist ich völlig von der Kenntnis geschehen habe zusammengebrochen, die ich gewonnen hatte. Jetzt habe ich den Grund gewußt.

Als ich in Sekundärschule in Viet Nam war, ich an einer Buchhandlung in Saigon habe gearbeitet. Ein Kunde ist gekommen und hat mich gebefreundet. Dieser Mann hat versucht, irgendeine unbekannte Quelle auf mir zu benutzen. Aber weil ich von den Älteren gehört hatte, habe ich mich selbst von Werden verhindert, das durch nicht Trinken des Safts beeinflußt worden ist, daß er angeboten hat. . Als ich bin abgestiegen von arbeiten an Vinh-Bao Buchhandlung, er (der Mann) auf mich vor dem Buch Geschäft gewartet hatte, und er ist gekommen, mich zu treffen, und hat mir erzählt, daß er etwas gehabt hat, mit mir zu sprechen. Er hat mich eingeladen, zum Restaurant auf Le Thanh Tonne Straße zu gehen, schließt zu Ben Thanh Markt Ist Gewesen. Ich habe ihn erzählt, "Sie sollen besser ungefähr jenes Recht hier reden." Aber er hat versucht zu überzeugen, daß mich dort gehe. Ich bin dort gegangen, und ich habe jenen orangen Saft getrunken nicht; ich bin nach Hause gegangen.

Aber hat an einer anderen Chance, der Mann eine andere Methode der Steuerung ohne mein Wissen versucht! Ich könnte meine Handlungen nicht kontrollieren und noch haben meine Handlungen natürlich geschienen. Ich habe dies "natürliche Steuerung" von diesem Punkt auf in meinem Leben erfahren. Ich habe dieses Ereignis in meinem Tagebuch geschrieben, aber als ich noch jung zu der Zeit war, könnte ich verstehen nicht, was es war!

Jetzt, daß ich alt geworden bin, KANN ich mich an die Erfahrung, und ich WISSEN habe erinnert, was es war. Sicherlich war es nicht nur chemisch, nicht nur Hypnose, nicht nur magnetisch, aber vielleicht ein elektronischer Span auch.

Nächsten Tag, nachdem jene Lage geschehen ist, ich zur Arbeit bin gegangen und ich habe $900.00 piastre (dong) in meiner Wohnung von meinem ersten Gehalt gestellt, das von Vinh Bao Buchhandlung gezahlt worden ist. Als ich Heim erhalten habe, habe ich entdeckt, daß mein Gehalt gestohlen worden war. Ich habe nur 10 piastre (dong) in meiner Handtasche gehabt. Ich habe geweint und habe nicht wie ich für meine Miete und Speise nächsten Monat gewußt Kannen zahlen.

Ich bin zu Minh Mang Universität dorm dann gegangen. Ich wollte mit jenem Mann sprechen, weil er mir seine Anschrift gegeben hat. Ich bin dort gegangen und habe gebeten, ihn am Empfang Schreibtisch zu sehen. Der Empfangschef ist gegangen, ihn zu suchen, aber hat erzählt, daß mich er nicht dort war.
 Ich bin aus gegangen und ich habe einen Burschen mit seinem velo solex gesehen, der am vorderen Tor geparkt worden ist. Er hat mich den gefragt suchte, wo ich war, geht, der. Nachdem ich ihn erzählt habe, hat er mir ein Antriebsheim und angeboten, das ich übereingestimmt habe. Als wir meine Wohnung erreicht haben, habe ich nur die Tür geöffnet und er hat mich sofort angegriffen. Ich habe stark gekämpft und habe über ihm gewonnen.

Zu der Zeit war ich war ein madchen; ich hat nicht was er versucht habe gewußt, zu mir zu machen. Ich habe irgendjemanden, mich zu berühren, nicht gewollt oder habe mich, als meine Mutter hat erzählt mich: "läßt daß irgendein Junge Sie Nicht küßt, Ihre Schönheit mit jenem Küssen, Ihre schöne Backe beeinflusst droopy mit that geküßt werden . " Das habe alle -ich nur gewußt ist, daß es schlecht war falsch.

Später bin ich alt geworden und ein kleines Bit weiser; ich habe gewußt, daß er ein Vergewaltige war. Ich wurde erschrocken, wurde schrecklich erschrocken. Zu der Zeit habe ich irgendeine

Feinde, jeder mein Freund, nicht Feinde gehabt war, und er (der schlechte Bursche) hat es gewußt.

Leute werden mit dieser Aussage überrascht aber ich erzähle die Wahrheit; in meiner Gemeinschaft, haben wir mit allen geöffneten Türen, und niemandem in unsere Häuser gelebt ist gekommen, irgendetwas falsch zu machen, auch wenn wir einen Nachmittag Schläfchen genommen haben. Alle meine Freunde, Herr B, Herr.K, Herr M, Herr.T, und Herr N, sind ins meines Elternteils Haus zu bitten zu besuchen und gekommen, Freunde zu werden. Meine Eltern heißen willkommen sie und dann sind wir Freunde.
 Ich war ein Gewinner und deswegen habe ich angenommen, als er mich gefragt hat.
Er Hat mich gefragt, "sind Wir stille Freunde?"
Ich habe gesagt, "Ja." Er hat es gewußt - daß ich eine gute Person bin.

Nachdem jene Lage geschehen ist, ich nach Hause bin gegangen. Ich habe nur $10.00 piastre (dong) gehabt, für Beförderung von meiner Wohnung zur Bus Station zu zahlen. Ich habe Geld nicht gehabt, für das Fahrgeld von Saigon zu Dat-Do, Baria zu zahlen, aber Quoc Thong Bus mich hat gewußt, als Student und ich dem Fahrer erzählt habe, daß meine Mutter das Fahrgeld für mich zahlen würde.

Ich bin nach Hause gegangen, hat böse geworden und hat versucht zu erfahren, der er war. Ich habe meinen Verwandten erzählt, und ich bin hinter Minh Mang Universität dorm gegangen zu bitten, ihn zu sehen. Der Mann, den ich gebeten habe, war den Burschen. TTH ist herausgekommen, mich zu treffen. Jene Zeit, ich wollten untersuchen, was dort weiterging. Habe ich Herr TTH vielmals gefragt, was das ungefähr war? Ich habe eine Antwort von ihm erhalten aber ich wurde mit seiner Antwort befriedigt nicht. Ich wollte noch jenes mysteriöse Verbrechen entdecken, damit wir Freunde geworden sind. Er ist eine gute Person. Ich habe gedacht, daß er gewußt hat, was in mein Gemüt weiterging, aber ich habe fortsetzen nicht, weiter die mysteriöse Verbrechen Lösung zu vollenden.

Noch ein Zeit guter Bursche! Ich lasse ihn (der schlechte Bursche) geboren wieder und wieder ist. Ich habe nicht gewußt, daß er oder seine Firma oder sein Land oder die anderen machten, was auch immer, wenn sie zu unseren Familien machen können. Grund? Warum? !!!!
Jeder man in Bien Hoa Airfoce Base hat es deutlich, er gewußt und seine Firma hat versucht, ihr Konzert zu verstärken, zu laut trommelt, die Stimme Leidtragender des Vergewaltige von gehörtem Werden zu verhindern. Sie haben versucht, meine Geschichte in ihre neblige Geschichte zu drehen.

Aber er und seine Firma haben nicht gewußt, daß ich immer eine gute Person bin.
 Wohin auch immer wenn ich gegangen bin, hat er (der schlechte Bursche) mir gefolgt. Deswegen hat er gewußt, daß ich mein Tagebuch Buch im meines Elternteils Haus in Dat-Do, Baria Viet Nam behalten hatte. Ich habe ihn gesehen, als ich meine Tagebuch Seiten ausgerissen habe, die ich um ihn niedergeschrieben habe. Das war der Grund meine Freunde und die Freunde meines Exmann lesen mein Tagebuch .
 Wer hat es gestohlen? Und wo ist es jetzt?
Schlechter Bursche wird ein schlechter Bursche immer sein.
Er kann wissen, wer er ist und was er oder seine Firma zu meinen Kindern, meiner Familie, und meinen Verwandten machte.
Nachdem Saigon gefallen war. Meine Familie aus geflohen und hat Flüchtling in den Vereinigten Staaten genommen. Ich habe waitergehen veanlassen, und er (der schlechte Bursche) has bewegt entlang machen.

Unterstützen Sie zu meinem Unfall:
4-

Ich habe mein Haus an 4830 Traves Straße verkauft und habe ein anderer Ein an 9811 Andover Antrieb gekauft.

Mein erster Sohn hat, Long, von Abramson Sekundärschule promoviert.
Ich habe meinen Ehemann jenes Jahr geschieden.
Dann später war ich krank, vielleicht ein Allergie oder die Grippe gefallen. Ich bin zum Doktor gegangen, irgendeine Medizin zu erhalten. Ich weiß nicht, wenn es Kunstfehler oder irgendeine Hypnose einer anderen Art ohne mein Wissen war. Nach der Sekunde oder dritter Besuch, ich verlassen das Büro des Doktors. Ich bin nach Hause gegangen, verlasse dann ich meine Kinder durch Sagen Goodbye zu ihnen, als sie Heim von Apotheker mit meiner vorgeschriebenen Medizin gelaufen sind. Ich habe auf der Straße geweint und habe eine Luftverkehrsgesellschaft Fahrkarte nach San Francisco gekauft.
Dort habe ich physisch zusammengebrochen und wurde nach San Francisco Allgemeinem Hopital geschickt. Zwei Personen haben mich in einem Rollstuhl zu einem Dienstwagen gerollt und haben mich zu irgendeinem anderen Ort transportiert.
Mein Gemüt wird mittscheibe habe gehabt von der Zeit die ich sowohl meine Arme als auch Körper, die zum Rollstuhl gebunden worden sind, bis ich in eine Frau die Klinik gestellt wurde.
Nachdem daß ich auf Saint Francis Memorialkrankenhaus in San Francisco übertragen wurde. Im Krankenhaus seien Sie wo ich habe erinnert mich an, daß ich links mein Haus vor einer Woche gehabt habe. Dort habe ich auch ein Erdbeben erfahren.
Zwei Rechtsanwälte sind gekommen, mich zu treffen, und ich bin zu ihnen zu einem Konferenzraum und beantworteten Fragen vom Vorsitzenden und den Mitgliedern gepaßt.

5-

Meine Kinder haben ihren Vater gerufen. Er hat die Föderale Behörde der Untersuchung (FBI) gerufen. Mein Ex-Ehemann ist nach San Francisco gekommen und der ich bin nach Hause mit ihm den nächsten Tag gegangen.

14

Nachdem ich nach Hause gekommen bin, habe ich gedacht, daß
ich sterben . Mein Herz. Mein Nerven starb ich. Ich habe die Tür für
meine Kinder aufgeschlossen, in zu erhalten, als sie nach Hause
von Schule gekommen sind. Dann habe ich an meine Kinder ohne
mich gedacht. "Ach nein! Nein! Ich muß und Kampf aufstehen." Ich
habe entschieden zu kämpfen, und ich habe in Vertrauen gekämpft,
vorbei es zu werden. Ich war lebend und habe meine Kinder

gesehen aber ich könnte nichts arbaiten oder physical action. Tödlich!

Später bin ich zu Delgado Gemeinschaft Hochschule gegangen. Ich habe den Kursus den ich genommen habe beendet und habe eine Bescheinigung erhalten. Ich könnte keine Aufgabe finden.

Long promoviert mit einem Junggeselle von Wissenschaft Grad (BS) an der Universität von New Orleans (UNO).
Kim-Chau, meine Tochter, haben von Abramson Sekundärschule promoviert (HS).

Unterstützen Sie zu meiner Scheidung:

Als ich geschieden habe, habe ich mein Eigentum in Hälfte für meinen Ehemann geteilt. Ich wollte mein Haus verkaufen. Mein Ex-Ehemann wollte es kaufen. Wir haben übereingestimmt, daß er für das Haus durch Unterstützen seiner Kinder zahlen würde, und haben die monatliche Hypothek für das Haus gezahlt. Ich habe ihn erzählt, daß wenn er so gezahlt hat, mußte er mir $5000.00 Dollar am Ende geben. Ich hat Geld das er übereingestimmt habe gehabt, mich zu geben, als ich zurück zu Viet Nam in 1988 gegangen bin. Da er hat geliehen die $5000, Long von jener Schuld für seinen Vater zahlen mußte.

Unterstützen Sie zu, nachdem ich habe beendet Schule an Delgado:

Ich keine Aufgabe finden könnte. Mein Einkommen von Verkauf des Hauses wurden beinahe alle benutzt. Jetzt hatte ich eine Wand erreicht. Ich habe meinem Ex-Ehemann erzählt, daß ich nach Hause gehen wollte, (auf Viet Nam gehen zurück). Ich habe erzählt, daß er mich ersetzt, und habe für meine Kinder gesorgt. Ich habe souffering wehmütigen Viet Nam, meine Mutter und meine

16

Verwandten damit viel gehabt. Ich wollte wirklich eine Reise zu Viet Nam machen und, wenn ich gestorben bin, würde ich dort sterben.

6-

Am Flughafen, könnte ich den Schmerz in der Gebärde, dem Gesicht und in den Augen meines jüngsten Sohnes, Thong nicht beschreiben. Ich habe entschieden, Viet Nam und meine Mutter zu besuchen, für einen Monat, und dann kommen zu den Vereinigten Staaten zurück. Ich habe nicht gewußt, was in meiner Zukunft geschehen wollte, und ich könnte mich nicht vorstellen. Aber ich mußte ich überwinden habe behalten gehend weg was auch immer der es wäre. Das war das wahre Gefühl in meinem ganzen Körper zu der Zeit. Nur mußte für meine Kinder, ich es machen.

7-

Wenn ich Vietnam verlasse, auf die Vereinigten Staaten zurückzugehen, habe ich oft geweint. Ich habe Viet Nam mit mir in meinem Herzen gebracht. Das erste Ding, das ich machte, war der Vietnamese Regierung einen Brief in Sorge der Viet Nam Botschaft in den Vereinigten Staaten schreibt. In jenem Brief, habe ich ausgedrückt, daß ich ein verbannter Vietnamese Bürger, der zur

Vietnamese Regierung zu Öffnung appellieren will, ihr Grundsatz
bin, die Nation und ihre Leute aus dem jetzigen Staat der Nation zu
führen.

Das zweite Ding machte das ich für mich selbst und meine Kinder
sollten zum Stadt Büro gehen, Wohlfahrt zu beantragen, weil ich
alle von meinem Geld für jene Reise ausgegeben hatte. Ich hatte
die Luftverkehrsgesellschaft Fahrkarte gekauft, hat Beförderung
Unkosten in Viet Nam gehabt, hatte Geschenke gekauft und hat
Verwandten Geld in Viet Nam gegeben, und hatte schließlich Land
wo ich später das Haus für meine Mutter im gleichen Ort gekauft
würde wiederaufbauen, wo das Haus meines Elternteils während
des Kriegs zerstört wurde.
Der Büroassistent hat erzählt, daß mich meine Kinder mit mir
beantrage. Ich habe sie erzählt, "Mein Ex-Ehemann lebt in meinem
Haus und er hat eine Aufgabe, damit er Speise für seine Kinder
kaufen kann." Ich habe meine Anwendung aufgehoben.

8-

Ich habe Garage Verkauf Punkte gekauft und neue Waren an
Großhandelspreis, und dann ist zum New Orleans Französisch
Viertel gegangen, sie in einem Floh Markt wiederzuverkaufen. Der
Floh Marktes Eigentümer hat mich Mietbetrag Platz und in
Rückkehr, sein Frau gekaufte Waren für mich angeboten befreie,
für sie zu verkaufen.

Ich habe eine Wohnung an Cameron Prachtstrasse (Blvd.) gemietet, nahe zu UNO und Benjamin Franklin Sekundärschule. Meine Kinder haben zu dieser Wohnung bewegt, mit mir zu leben. Long und Kim Chau hat Hochschule an UNO besucht, und Thong ist zu Benjamin Franklin gegangen. Ich habe verkaufende Güter am Floh Markt, aufgehalten und bin hinter gegangen, an UNO einzuschulen. Ich habe eine Arbeit-Studium Aufgabe an Bibliothek gehabt.

Long promovierten Meister der Wissenschaft (MS) an UNO.

Kim Chau wurde an Xavier Universität Apotheke Schule in New Orleans angenommen.

Long hat eine Aufgabe an Stennis Space Center gefunden.

9 -

Thong hat ein Stipendium für die Universität das Texas an Austin (UT) empfangen.

Er lasse dort so ich wollte gehen, daß ihn und ich zu Austin mit ihm bewegt habe.

20

Long und Kim Chau hatten zu 9811 Andover Dr. bewegt unterstützt.
Ihr Vater hat gebraucht sie jetzt, und ich fühle sicherer, daß sie mit
ihrem Vater waren, als allein.

Kim Chau und Thong hatten noch nicht promvieren, und ihr Vater remarried und bewegt aus Andover Dr..
Long und sein Vater umgetauschte Häuser. Long hat ein neues Haus für seinen Vater gekaufen und Long hat das Haus an Andover Dr. genommen.

10-

Im Sommer, Thong und ich bin zurück zu New Orleans mit Long und Kim Chau gegangen.

Kim Chau hat Doktor von Apotheke (PHD Phar.) von Xavier Universität promoviert, und ich bin zu New Orleans für ihre Abstufung geflogen.

Ich bin zu Austin für Abstufung Thong geflogen. Er hat mit einem Junggeselle der Wissenschaft beim Ingenieurwesen (BE) an UT promoviert.

11-

Thong und ich haben Andover Dr. zuruckgekehrt.
Kim Chau hat empfangen einen internship in Mississippi.

12-
Thong programmiert den UNO PHD Konditional.hat besucht.
Kim Chau hat ihren internship beendet und hat eine Aufgabe in
Texas gefunden.

12-

12-

12-

12-

12-

12-

12-

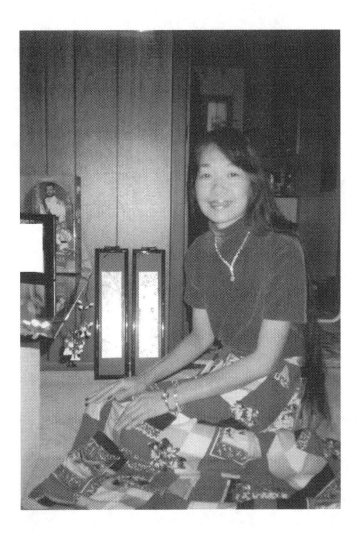

13-

Thong hat den Grad eines Meisters empfangen aber hat nicht PHD Konditional. Grad noch erhalten, obwohl er alle coursework beendet hat.

14-

Er ist zur Arbeit in Philadelphia an Vorstädtischem Kabel (Suburban Cable) gegangen.

15-

Ich habe eine Reise nach Deutschland, Österreich, und der Schweiz gemacht.

16-

Kim Chau hat zu Missouri mit ihrem fiance bewegt.

17-

Long,Thong und ich hat eine Reise zu Freiheit Glocke,Philadelphia und New York Stadt genommen.

18-

Long und ich Fällt eine Reise zu Quebec, Kanada, und Niagara gemacht hatten. Auf dem Heimweg zu Pensylvania, hatten wir Pittsburgh, Harrisburg, und das Amish Dorf besucht.

19-

Long hat seine Freundin an Stennis Platz Mitte getroffen.
Kim Chau hat ihre Hochzeit zu meiner Wohnung an Timberlake in
Philadelphia abgeschickt darstellt.

Ich bin eine Reise nach Mexiko und Guatamala weitergegangen.

20-

Thong hat eine Aufgabe in Dallas gefunden und hat ein Haus dort durch das Internet gekauft.

Thong und ich haben hinunter Süden bewegt, weil es zu kalt auf Norden ist.

21-

Wir leben an 3928 Winford Dr. in Dallas, TX

22-

Ich habe für eine Reise zu Viet Nam vorbereitet. Ich plane,
den Viet Nam goverment zu fragen, mein Eigentum
zurückzukehren. Nachdem ich mein Eigentum zurück habe, werden
wir es verkaufen und werden das Geld in drei zwischen mich selbst,
meine Schwester und mein Bruder teilen, weil meine Schwester
und ich habe investiert zusammen zu Kim Long Apotheke öffnet.
Meine Schwester und ich jede beigetragene Hälfte, den Apotheke
baut zu kaufen, der, und mein Bruder hat dort gelebt, da wir jenen
Apotheke geöffnet haben.

Vierzehn jahre bin Dezember 1988, ich zurück zu Viet Nam zum
zweitem Mal geflogen. Am 7. Oktober 2002 habe ich per E-mail
Thong an Tan Son Nhat Flughafen geschickt und die ich habe

gerufen, mit ihm der ich werde kommen nach Hause bald zu sprechen. Ich habe ein Taxi gemietet, nachdem ich E-mail Thong geschickt habe, das Haus meiner Mutter in Dat-Do, Baria zu gehen. Ich habe meine Verwandten dort getroffen.

Ich habe gesehen, daß mein Land jetzt in einem wirtschaftlichen Entwicklung Verfahren ist. Das ganze Land wird verbessert. Ich freue mich für mein Land. Ich bin hinter Saigon gegangen und ich meine Verwandten dort zu besuchen. Ich bin zu Van Hoa Thong Tin, Saigon gegangen. Ich habe den Direktor dort getroffen und habe mit ihm gesprochen. Er hat mich Ho Chi Minh Stadt Herausgeber geschickt. Ich habe ihnen mein Manuskript gegeben.

Wenn ich mein Buch dort herausgeben will, muß ich dort wieder zurückkommen und muß mit ihnen der Weg den ich mein Buch arrangieren will überreicht zu werden.

23-

Ich bin zurück zu den Vereinigten Staaten am 25. Oktober 2002 geflogen. Thong hat eine Reise in Chicago genommen. Ich habe ein Taxi Heim genommen. Zeitliche Verzögerung hat mich für 20 Tage belästigt.

Als ich wiedererlangt habe, habe ich mein Dokument zu Französisch und Deutsch übersetzt. Ich habe Software gehabt, zu Latein, Spanisch, und Portugiesisch zu übersetzen, aber ich könnte einige Fehler im Text korrigieren nicht.

Ich habe versucht, alles ich zu machen, kann, zu anderem Ort zu bewegen, bevor die Dinge Schlimmstes erhält. Ich wollte nichts sagen.

Dann haben Erntedankfest (Thankgiving), ich erzählt, daß mein Sohn seinen Vater ruft, weil meine Mutter mir erzählt hat, daß er allein jetzt lebt. Ich will seinen Vater, hier mit ihm zu leben.

24-

Am 7. Dezember 2002 habe ich meinem Sohn erzählt, daß ich mit ihm außerhalb des Hauses reden wollte. Wir sind zum Park jenes Wochenende gegangen zu reden aber es war zu kalt außerhalb dann wir hinter sind gegangen, innerhalb des Autos zu sitzen (eines schwarzen Toyota das neues Auto von meinem Sohn den er nur hat gekauft, als ich auf der Viet Nam Reise) war.

Ich weiß nicht es, mit Kunststoffchirurgie und anderen Verfahren, ich wirklich nicht jetzt habe erzählt, wenn jemand wirklich oder generisch ist. Ich habe angenommen, daß es wirklich ist, und habe bedacht, daß es wirklich ist. Ich erzähle die Wahrheit mit das Echte, und zur wirklichen Person.

Zuerst, warum habe ich die drei von Ihnen verlassen, nachdem ich alles ich zu können versucht habe, und habe alles geopfert, das ich zu meinen Kindern mit Tragödie und Schmerz widmen mußte? Weil Ihre Mutter mißbraucht worden ist, und demütigt worden ist.

Ich wünsche nur, meine Kinder zu erheben, bis sie aufwachsen, und sie können für sich sorgen.
Ich habe ihn gefragt, was zu ihm seit Philadelphia geschehen ist. Thong hat seit jener geändert.
Thong handelt wie Kim Chau, genau Kim Chau. Ich habe erzählt, daß ihn ich warum nicht weiß, aber ich habe sicherlich es gewußt.
Ich habe ihn erzählt, "Sie sind noch jung und wie Mutti, als ich Ihr Alter war. Seien Sie vorsichtig."
Ich habe ihm alles erzählt, daß in meinem Leben für ihn geschehen wurde, sich bewußt das zu sein.
Ich erinnere ihn,", Bevor ich eine Reise zu Viet Nam, wie vielen Zeiten gemacht habe, und, wie lang ich habe erzählt daß Sie Ihren Vater rufen, hier zu kommen, mit Ihnen wenn Ihr Vater Leben allein zu leben. Warum haben Sie mir etwas nicht erzählt? Warum? Grund?"
Ich könnte nicht Thong heir lassen, daß Thong allein ohne einen einzelnen Verwandten hier lebt.

25-

Bin ich hier zurückgekommen und ich schwimme in kaltem Eis
was. Ich weiß es nicht, wie es war, -zuerst Kim Chau zu sagen, und
dann Thong.
Wer hat die Falle gemacht? Wer hat den Kasten gemacht? Ich kann
es sagen, das der Fachmann nicht mein Sohn beantworten war.
Tragödie und Tragödie, die ich entlang meines Lebens gehört
habe?

JA

Das war nicht nur geistig mißbraucht, das war nicht nur
Erniedrigung, das war nicht nur Familie Tumor Verfahren, das war
nicht nur das Fall, das nicht nur physisch mißbraucht, das war nicht
nur chemisches biologisches Material, das war nicht nur finanzielle
Materie war war war isoliert war war war.

Ich habe versucht, ein bewegliches Heim für um $6000.00 oder
$7000.00 zu kaufen, aber ich könnte es kaufen nicht, deshalb habe

ich eine Wohnung in Houston gemietet, am 2. Februar, 2003 zu bewegen. Ich habe eine Aufgabe gesucht, aber keine Aufgaben standen zur Verfügung. Spätere Dollar speichern Geschäft aber kein Geld zu machen. Ich habe hier zu dort und dort zu hier dann bewegt.

Am 8. März 2003 habe ich eine E-mail zum Vater meiner Kinder geschickt. Ich habe ihm alles erzählt, daß geschehen ist. Ich wollte meine Kinder verlassen, damit ich ihn gewollt habe, mich zu ersetzen, anzuschauen nachdem sie zu sehen, was in unsere Kinder das Leben geht. Ich bin leer jetzt. Ich kann nichts mehr behandeln. Seien Sie in diesem Jahr wie eine Atombombe zu mir. Dies ist ihr Ergebnis, sie mich haben gewollt zu fahren und jedes von meinem Familie Mitglied, auf dem gleitet zu fahren, die sie gewollt werden.

Dann stelle ich ein Online-Geschäft mit dem restlichen Geld das ich auf meiner Hand zu Öffnung ein E-GESCHÄFT am 1. Juni 2003 aktiv haben. Ich auch einen Drop Ship (Tropfen und Liefernden) habe gewählt.

Was gewinnen sie? Wieviel erhalten sie? Wieviel und wie viele ist genug? Kann jeder man erklaret die Methode, das Verfahren, was sie zu Mißbrauch menschlicher Würde, Menschen Leben, und ihren ganzen Leben machten?

Dieser Punkt ist der Punkt, Bewegung anzufangen, jenes Übel und kranke Wissenschaft zu löschen. Mein ganzes Leben ist das eine von ihrem Leidtragenden Erfahren Leben. Kann ich Ihren Grad verdienen, gegen diese Wissenschaft zu kämpfen? Unsere starke Stimme wird laut und klar bestimmt, das menschliche Leben und die menschliche Würde zu retten. Das abstrakte Thema.

Für mehr als 50 Jahre, was Wissenschaftler Forschung in diesem Feld haben? Das Ergebnis, als heute Sie sehen können, ist das dramatische Verbrechen. Leute können ihr Gemüt gelesen werden; Ihre Nadel(pin) und Kennwort (passwort) sind nicht Ihre Geheimnisse! Sie werden sich was sie machen können vorstellen, Sie von Machen zu verhindern, was Sie wollen auf jedem Feld und Sie manövriert, ihre Spur weiterzugehen, wie je sie wollen! Selbstverständlich können sie Ihr unterbewußtes Gemüt, lesen und können Ihr Gemüt überfallen, und das schlechte Ding oder das gute Ding können zu benutzen und analysiert werden, Sie zu mißbrauchen. Konjunktion!

Die Hoffnung von Wissenschaftler, können, sie einen menschlichen Roboter in Zukunft bauen. Die Roboter werden Roboter Handlungen unter einem Meister Kontrollieren headquarter durchführen. Dies ist eine Übertretung menschliche Würde! Wir können nicht annehmen, daß und wir das nicht dulden können. Jedes ein wird bei unter diesem Verfahren eingeschlagen werden. Jedes ein kann ein Leidtragender unter diesem bearbeitenden System werden. Sie, Ihre Familie, und aus werden dort Ihren Gesellschaften, Ihre Länder dramatisch bei eingeschlagen werden.

Heute können Wissenschaftler erklären, daß ihr erfolgreiches Projekt und mittlerweile entscheidet, dieses Projekt in die Mitte dieses Planeten abzuladen. Ihre Auszeichnung ist mein Leben. Hören Sie bitte, bitte mir zu und wachen Sie Ihre menschliche Würde auf.

BERAUBEN Sie UNTERBEWUSSTE GEMÜT VERARBEITUNG

Leute werden denken: Sie sind Gott!
NEIN
Der Neuron Raspelt (Neuron chip).
Ich diese Erfahrung nach dem Lotterie von TEXAS Ergebnis mit dieser Serie der Zahlen habe gehabt Ab: 2-19-22-32-42-52. Der Hauptgewinn war für diesmal über 70 Millionen Dollar. Während

jener Woche habe ich geträumt, daß Dinge und Leute die ich habe getroffen mich immer die Zahl 2 verwickelt hat. Ich habe meinem Sohn erzählt, daß ich meinen Traum nicht entschlüsseln könnte. Ich wollte eine Lotterie Fahrkarte mit 2-12-22-32-42-52 kaufen aber die Zahlen haben komisch angeschaut, und das Lotterie Ergebnis würde nie wie das herauskommen. Ich habe eine Fahrkarte mit nur der Zahl 22 gekauft. Niemand hat jenen Hauptgewinn gewonnen.

Nachdem jene fremde Lotterie Woche, ich begonnen haben, zu träumen, daß jemand träumt, (in einem Ort habe ich und Leute die ich kennen nicht, obwohl es in Asien war, und sie asiatisch nie besucht habe getroffen waren). Dann habe ich nicht mehr Träume überhaupt für mehr als 2 Jahre. Dann später habe ich nur weniger als eine Sekunde geträumt, bevor ich habe aufgewacht, das Ding das sie mich gewollt zu erinnern haben, mich an, fast Geschlecht Traum und über defected Traum.
Sehen Sie daß der Computer ordentlich als unser Gehirn arbeitet? Dies ist die Antwort.

DAS HYPNOTIK THEMA

Heute weiß jedes ein, daß die Hypnotik und existiert, was es durchführt. In uralten Zeiten war diese Übung populär, aber dann wurde ihr Licht in Dunkelheit gedreht. Wir verstehen alle den Grund. Dies ist das eines der abstrakten Themen.

Die ganze Welt weiß ungefähr chemisch, biologisch, Laser, damit ich ungefähr das hier nicht schreiben will.

Dies ist mein Bild Buch. Reichweite aus Ihren Händen mit meiner Nachricht als das verursachte, die ganze Welt zu warnen, die was zu mir geschehen ist, könnte es zu irgendjemandem, Ihnen, oder Ihrem Familie Mitgliedern geschehen. Wir sind menschlich und wir

müssen Hände zusammen zu schützen unsere gemeinschaftliche,
der menschliche Würde.

Autor: Phiem
September 27, 2002
Dallas, Texas, USA

Revidierten Juni 12, 2003
Dallas, Texas USA

AUTHOR: PHIEM
COMPUTER SUPPORT: THONG TRINH
PUBLISHER: PHIEM

PHIEM

Sa Beauté
Ses Messages

DEDICATION

J'ai le fait pour dedier a mes enfent et comme loin quant au generations prochain.

TABLE DE MULTIPLICATION

1. Phiem dans Viet Nam
2. Maison à 4830 Rue de Traves
3. Homocide dans ma maison
4. J'ai acheté un autre maison
   à 9811 Andover Dr.
5. J'ai divorcé mon mari et tombe malade,j'allais
   J'allais mourir. Fatal
6. J'a visite viet-Nam et revient au USA
7. J'a revient au USA
8. Je ventais merchandise dans Francais Quartier
9. Thong a reçu une érudition pour UT
10. Thong et moi font d'Ete vacance a New Orleans
11. Je suis deplace a 9811 Andover Dr. avec Thong
12. Kim Chau a reçu un internship dans Mississippi. Thong a
    assiste le progamme de PHD de UNO
    Kim-Chau a trouvé un travail dans le Texas.
13. Thong a reçu un degré du Maître
14. Thong va aller travailler dand Philadelphie
15. J'a fait un voyage à Allemagne, Autriche, et Suisse.
16. Kim-Chau a transfe a Missouri avec son fiancé
17. Long, Thong et moi ont voyage a NY
18. J'a fait un voyage à Québec avec Long, Canada et Niagara
    Tombe
19. Long a rencontré son amie à Stennis Sp.Ct.
    Kim Chau mailed son images qui se mariant à
    Philadelphia
    J'a continué un voyage à Mexique et Guatamela
20. Thong a trouvé un travail dans Dallas
21. Nous habitons à 3928 Winford Dr.

22. J'ai préparé de voyage à Viet Nam

23. J'ai volé rentre à l'USA le 25 octobre, 2002.

24. Le 7 Décembre, 2002, j'ai dit à mon fils que j'ai voulu parler avec lui hors de la maiso

25. Je suis revenu ici et je nage dans la glace froide

26. Alors je monte une E-commerce (online business) avec le repos de l'argent que j'ai sur ma main ouvrir un E-MAGASIN le 1 juin, 2003. J'ai choisi aussi un Drop Ship programme

27. PRIVER LE TRAITEMENT D'ESPRIT INCONSCIENT

28. LE SUJET D'HYPNOTISME

Le texte dans ce livre a été traduit par un programme de logiciel d'ordinateur.

Cher lecteur:

Dans le tardif 1950 Viêt-Nam quand j'avais treize ans, je pars le paysage de ma maison de la famille pour la ville de Saigon pour assister l'haute école et a commencé à garder un journal quotidien de ce temps jusqu'à ce que j'ai épousé.

Comme je n'ai pas continué à garder des journaux écrits après mon mariage, j'ai emmagasiné assurément mes deux cahiers de journal dans la maison de ma parent dans la subdivision rurale de Dat-Do Baria, Viêt-Nam. Je les ai verrouillés dans l'endroit pareil où mes parents ont gardé leur argent. Bien que je non plus long a écrit dans mes journaux, j'ai fait cependant continue à enregistrer de divers événements dans ma vie via les photographies.

Seulement quelques jours avant la chute de Saigon le 30 Avril, 1975, ma famille et je me suis fui précipitamment de Viêt-Nam. Malheureusement, j'étais seulement capable de prendre une partie des photographies avec moi. Nous avons pris le refuge aux Etats-Unis, et bientôt j'ai continué mon passe-temps d'enregistrement d'événements dans ma vie par les photographies. Il y avait des temps quand j'ai pris quelques-uns imagine mais n'a pas eu l'hasard pour développer les rouleaux de film. Quand ils ont été finalement développés des années plus tard, j'avais oublié au début où, quand, et quel événement avait été capturé sur le film. Il vient de prendre quelques moments pour moi se souvenir de.

Je pense que le genre de journal d'événement j'ai choisi de garder coûte cher, mais avoir les images de ma vie capturée sont á temps les aspects les plus qui passionne de ma vie. Quand j'a écrit ces phrases, je feutre si calme comme mon âme et mon coeur a vu les uns les autres si . Par les sentiers que j'ai marché dans ma vie, je suis venu me rendre compte que l'univers entier est absolument immense, et que chaque humain dans cet univers est d'une manière écrasante miniscule. Donc insignifiant est nos vies qui plusieurs fois j'ai tombé et suis rendu dans l'échec. Je sent que dans mon passé, présente, et avenir j'a chanté la chanson de ce que les gens sur Terre fait ensemble, et les notes...rond, blanc, noir. on la musique sont ce que j'a noté et maintenant présente à vous.

Deux de mes cahiers de journal...je me demande où ils sont.... La maison de mes parents dans Dat-Do Fait complétément a été brûlé aux cendres et totalement détruit par une bombe dans 1972 pendant la guerre de Viêt-Nam. Après l'événement du 30 Avril, 1975, j'ai écrit des poèmes dans deux cahiers, que j'ai gardé dans ma maison et suis maintenant perdu.

En général, je crois que les gens gardent leur argent en le déposant dans une banque, ils gardent leur bijouterie dans un coffre à la banque, et le repos de leur objets de valeur dans leur maison. Cependant, il y a des articles inappréciables qui ne peuvent pas être achetés, donc les conserver, je publie mon album d'image et maintenant je le présente à vous.

Une histoire étrange est arrivée, le 27 juin, 2003, après j'ai complété mon livre pour le présenter à mon lecteur. J'ai ouvert ma boîte de photographes et j'ai vu mes deux livres de note que j'ai noté des poèmes. J'arrangerai les deux de ces poèmes pour publier et il viendra dans vos mains.

Les meilleurs égards,

Phiem
le Septembre 27, 2002
Dallas, Texas USA

Auteurs: Phiem
Revised: June 27, 2003

PHIEM

3

1-

 Dans 1972, ma situation de famille était sombre et a commencé à se détériorer. J'avais voulu à un divorce à ce moment-là. Avec la chute de Saigon le 30,1975 Avril, ma famille fuie de Viêt-Nam et a pris le refuge aux Etats-Unis.

Nous commençions de rien si je n'avais pas voulu divorcer mon mari à ce moment-là. J'ai dit à mon coeur que j'essaierais de l'aider cependant je pourrais jusqu' à la situation améliorée pour lui. Alors je le divorcerais. Je l'avais dit et il l'a su.

Après j'avais la chirurgie de thyroïde, j'avais travaillé à Kent's. J'avais envoyé mon plus jeune fils à l'école de maternel.

Je tout avais fait pour mon mari pour qu'il avait le temps pour
étudier. Il avait travaillé pendant le jour et etait allé à l'école la nuit.

2-

J'avais épargné en haut de l'argent avais acheté alors ma première
maison à 4830 Rue de Traves.

Mon mari avait gradué au Collège de Communauté de Delgado
dans le semestre d'Automme. Noël et Nouvelle de l'Annee alors
avaient passé.

3-

Après le Jour de Nouvelle l'Annee le 3 Janvier, 1979, j'avais été victime d'une tentative de homocide dans ma maison, que je référerai ci-après à comme l' "accident".

Je n'avais pas divorcé mon mari pourtant, parce qu'alors j'ai eu besoin d'avoir plus à chronométrer pour lui rentrer dans une meilleure situation qu'il était à ce moment-là. J'avais voulu divorcer mon mari pour longtemps, mais ne pas causer tort-faisant. Mais après l'accident m'est arrivé, je me suis effondré totalement de la connaissance que j'avais gagné. Maintenant j'ai su la raison.

Quand j'étais dans l'haute école dans Viet Nam, j'avais travaillé à une librairie dans Saigon. Un client etait venu et me s'alié d'amitié avec. Cet homme avait essayé d'utiliser quelque source inconnue sur moi. Mais parce que j'avais entendu de l'aîné, je me suis empêché d'étant influencé en buvant pas le jus qu'il a offert. .
Quand j'avais fini du jour de travail à la librairie de Vinh-Bao, il (l'homme) m'avait attendu devant le magasin de Vinh Bao, et il etait venu me rencontrer et m'avait dit qu'il avait quelque chose pour me parler. Il m'avais invité à aller au restaurant sur la rue de Le Thanh Ton, a cote de marché Ben Thanh.
 Je l'avais dit, "Vous êtes mieux la parler ici." Mais il avait essayé de convaincre m'aller là-bas. J'etais allé là-bas, et je n'avais pas bu ce jus d'orange; j'etais rentré .
Cependant à un autre hasard, l'homme avait tenté une autre méthode de contrôle sans ma connaissance! Je ne pourrait pas régler mes actions et pourtant mes actions semblé naturel. J'ai éprouvé ceci "le contrôle naturel" dorénavant dans ma vie. J'avais écrit cet événement dans mon journal, mais comme j'étais toujours jeune à ce moment-là, je ne pourrais pas comprendre ce que c'était!

Maintenant que j'ai grandi plus vieux, je me suis souvenu de l'expérience, et je PEUX SAVOIR ce que c'était. Sûrement, c'était non seulement chimique, non seulement l'hypnose, non seulement magnétique, mais peut-être un fragment électronique aussi.

Le lendemain après cette situation arrivée, je suis allé travailler et j'avais placé $900.00 piastre (le dông) dans mon appartement de mon premier salaire payé de la librairie de Vinh Bao . Quand j'avais rentre a la maison, j'avais découvert que mon salaire avait été volé. J'avais seulement 10 piastre (le dông) dans ma bourse. J'avais pleuré et n'avais pas su pourrait je paye mon loyer et nourriture le mois prochain.

J'etais allé alors au dorm d'Université de Minh-Mang. J'avais voulu parler à cet homme parce qu'il m'a donné son adresse. J'etais allé là-bas et ai demandé de le voir à la réception. La réceptionniste etait allée le chercher, mais m'avait dit il n'était pas là-bas. J'etais sorti et j'avais vu un gars avec son velo solex garé au portail de devant. Il m'avais demandé que je cherchais et où j'étais aller. Après je l'avais dit, il m'avais offert a la maison et j'avais consenti. Quand nous avions atteint mon appartement, je viens d'ouvrir la porte et il m'avais attaqué immédiatement. Je m'etais battu avec force et gagné par-dessus lui.

À ce moment-là, j'étais toujours jeune; je n'ai pas su qu'il avait essayé de me faire. Je n'ai pas voulu que me touche ou m'embrasse, comme ma mère m'avait dit: "ne pas laisser de garçon vous embrasse, votre beauté sera affectée avec cet embrasser, votre belle joue deviendra droopy. " Cela est tout -j'ai su c'étais seulement mauvais, le tort.

Plus tard j'ai grandi plus vieil et un plus sage j'ai su qu'il était un violeur. J'ai été effrayé, a été effrayé terriblement.
À ce moment-là, je n'ai pas eu d'ennemi, tout le monde était mon ami, et il (le mauvais gars) l'a su. Les gens sont étonnés avec cette déclaration mais je dis la vérité; dans ma communauté, nous avons habité avec toutes portes ouvertes, et personne n'est venu dans nos maisons pour faire n'importe quoi le tort même quand nous avons pris un somme d'après-midi. Tous mes amis, M. B, M.K, M. M, M.T, et M. N, venu dans la maison de mes parents pour demander de visiter et devenir des amis. Mes parents les accueillent et alors nous sommes des amis.

J'étais un vainqueur et cela est pourquoi j'ai accepté, quand il m'a demandé. Est-ce qu'il m'a demandé, "Nous sommes des amis calmes?" J'ai dit, "Oui." Il l'a su - que je suis une bonne personne.

Après cette situation arrivée, je suis rentré. J'avais seulement $10.00 piastre (le dông) payer le transport de mon appartement à la gare routière. Je n'avais pas eu d'argent pour payer le tarif de Saigon à Dat Do mais l'autobus de de Quoc-Thong m'a su comme l'étudiant et j'avais dit le chauffeur que ma mère paierait le tarif pour moi.
J'etais rentré, avais fâché et avais essayé de découvrir qu'il était. J'avais dit mon relatif, et j'etais retourné le dorm d'Université de Minh-Mang pour demander de le voir. L'homme que j'avais demandé était le gars. TTH etait sorti me rencontrer. Cela chronomètre, j'avais voulu examiner ce que continuait là-bas. Est-ce que j'ai demandé M.TTH plusieurs fois quel était cela ? J'avais reçu une réponse de lui mais moi n'ai pas été satisfait avec sa réponse. J'ai voulu découvrir toujours ce crime mystérieux si nous sommes devenus des amis. Il est une bonne personne. J'ai pensé il a su ce que continuait dans mon esprit mais moi n'avais pas continué à accomplir la solution de crime mystérieuse.

Un plus chronométrer le bon gars! Je le laisse (le mauvais gars) est né un fois et encore.
Je n'ai pas su il ou sa société ou son pays ou les autres ont fait quoi que, quand ils pourront à nos familles. La raison? Pourquoi? !!!! Chaque un dans la base de Bien-Hoa l'a su clairement, il et sa société ont essayé d'amplifier leur tambour de concert trop bruyant pour empêcher la voix de la victime de violeur d'étant entendu. Ils ont essayé de tourner mon histoire dans leur histoire brumeuse.

Mais il et sa société n'ont pas su que je sois toujours une bonne personne. Où , quand je suis allé, il (le mauvais gars) m'a suivi. Cela est pourquoi il a su que j'avais gardé mon livre de journal dans la maison de mes parents dans Dat-Do Viet Nam. Je l'ai vu, quand j'avais déchiré hors mes pages de journal, que j'avais noté de lui.

Cela était la raison mes amis et les amis de mes ex-marie lit mon journal .
 Qui est-ce qui l'a volé? Et où c'est maintenant?
 Le mauvais gars toujours sera un mauvais gars.

Il peut savoir qu' il est et ce qu'il ou sa société ont fait à mes enfants, ma famille, et mon relatif. Après Saigon est tombé, ma famille fuie et a pris hors le réfugié dans l'USA. Je me suis déplacé, et il (le mauvais gars) déplacé le long de ma route.

Soutenir à mon accident:

4-

j'ai vendu ma maison à 4830 Rue de Traves et ai acheté un autre celui à 9811 Andover Dr. .

Mon premier fils, Long, a gradué de Abramson l'Haute Ecole.

J'avais divorcé mon mari cette année.

Alors j'avait tombé malade, peut-être une allergie ou la grippe.
J'etais allé au médecin pour recevoir quelque médicament. Je ne
sait pas si c'était faute professionnelle ou quelques souces sans ma
conaissance . Après la visite de seconde ou tiers, je pars le bureau
du médecin.
 J'etais rentré, alors je pars mes enfants en disant au revoir à les
quand ils avaient marché la maison de Pharmacie médicament
prescrit. J'avais pleuré sur la rue et avais acheté un billet de ligne
aérienne à San Francisco.
Là-bas, je médicinee effondré et avat été envoyé à San francisco
Hopital Général. Deux personnes m'avaient roulé dans un fauteuil
roulant à une camionnette et m'avaient transporté à quelque autre
endroit.

Mon esprit est blanc du temps j'avait mes bras et corps lié au fauteuil roulant jusqu'à ce que j'avais été placé dans une femme clinique .

Après que j'avais été transféré à Francis de Saint Hôpital Commémoratif dans San Francisco. Dans l'hôpital est où je me suis souvenu de que j'avais pars ma maison une semaine il y a. Là-bas, j'ai éprouvé aussi un tremblement de terre.

Deux avocats etaient venu me rencontrer et j'etais allé avec les à une salle du conseil et répondu à du président et les membres. Mes enfants avaient appelé leur père. Il avait appelé le Bureau Fédéral d'Investigation (FBI). Mon ex-mari etait venu à San Francisco et j'etais rentré avec lui le lendemain.

Après j'etais venu la maison, j'ai pensé j'allais mourir. Mon coeur.
..my nerfs... je mourais. J'avais ouvert la porte pour mes enfants
pour entrer quand ils etaient venus la maison de l'école. Alors j'ai
pensé de mes enfants sans moi. "Oh Non! Non! Je dois lever et
dois battre." J'ai décidé de me battre, et je me suis battu dans la
confiance pour recevoir le passé il. J'étais vivant et ai vu mes
enfants mais je ne pourrais rien faire. Fatal!

Plus tard j'etais allé au Collège de Communauté de Delgado. J'vais fini le cours j'avais pris et avais reçu un certificat. Je ne pourrais pas trouver un travail.

Long gradué avec un Célibataire de Science a l' UNO (universite de New Orleans).

Kim-Chau, ma fille, graduée de Abramson l'Haute Ecole.

Soutenir à mon divorce:

Quand j'avais divorcé, j'avais divisé ma propriété dans la moitié pour mon mari. J'avais voulu vendre ma maison. Mon ex-mari avait voulu l'acheter. Nous avons consenti qu'il payerait la maison en soutenant ses enfants et paie l'hypothèque mensuelle pour la maison. Je l'avais dit que s'il avait payé cette façon, il devait me donner $5000.00 dollars à la fin. J'avais eu de l'argent qu'il avait consenti me donner quand j'etais retourné à Viet Nam dans 1988. Puisque il avait emprunté le $5000, Long devait payer de cette dette pour son père.

Aller en arriere à après j'ai fini l'école à Delgado:

Je ne pourrais pas trouver un travail. Mon revenu de la vente de la maison était presque tout utilisé. Maintenant j'avais atteint un mur. J'avais dit à mon ex-mari que j'avais voulu retourner à Viet Nam. Je lui avais dit de me remplacer et s'occupe de mes enfants. J'ai souffri de l'absance mes relatives et nostalgique aussi. . Je vraiment avais voulu faire de voyage à Viet Nam et si je suis mort, je mourrais là-bas.

6-

A l'aéroport, je ne pourrais pas décrire la douleur dans le geste, la face et aux yeux de mon plus jeune fils, Thong. J'avais décidé visiter Viet-Nam et mes relative pour un moi, et alors revient à USA . Je n'ai pas su ce qu'allait arriver dans mon avenir et moi ne pourrait pas s'imaginer. Mais j'ai gardé en forme d'aller je devais surmonter quoi que ce serais. Cela était le vrai sentiment dans mon corps entier à ce moment-là. Seulement pour mes enfants, je devais le faire.

7-

Quand je pars Viêt-nam pour se retourner aux Etats-Unis, j'avais pleuré beaucoup. J'ai apporté Viet Nam avec moi dans mon coeur. La première chose que j'avais fait était écrit une lettre au gouvernement vietnamien aux bons soins de l'Ambassade de Viet-Nam aux Etats-Unis. Dans cette lettre, j'a exprimé que je suis un exilé vietnamien citoyen qui veut plaîre au vietnamien gouvernement ouvrir leur règle d'action mener la nation et leurs gens hors de l'actuel état de la nation.

Le deuxième J'ai fait pour moi et mon enfent, j'etais aller a la ville faire une demande de bien-etre parce que j'avais depense tout mon argent pour ceci: J'avais acheté le billet de ligne aérienne, avais les dépenses de transport dans Viet Nam, avais acheté des dons et a donné de l'argent à relative dans Viet Nam, et avais acheté finalement la terre où je reconstruirais plus tard la maison pour ma mère dans l'endroit pareil où la maison de mes parents a été détruite pendant la guerre. L'aide de bureau m'avait dit de faire une demande de mes enfants avec moi. Je l'avais dite, "Mon ex-mari habit dans ma maison et il avait un travail s'il peut acheter la nourriture pour ses enfants." J'avais annulé mon application.

8-

J'avais acheté garage vente et nouveau merchadise a en gros, et alors etais alle a Francais Quartier avais les venter. Le propriétaire du marché avait offert me libère l'espace de loyer et dans le retour, sa femme sa marchandise achetée pour moi vendre pour eux.

J'avais loué un appartement au Boulevard de Cameron, près de UNO et Benjamin Franklin l'Haute Ecole.

Mes enfants avaient transféré à cet appartement pour habiter avec moi.

Long et Kim Chau avaient assisté le collège à UNO, et Thong est allé à Benjamin Franklin.

J'avais arrêté des articles qui vendant au marché aux puces, et etais retourné à l'école à UNO. J'avais un travail de travail-étude à la bibliothèque.

Long gradué Maître de Science à UNO. Kim Chau avai été accepté à l'Ecole de Pharmacie d'Université de Xavier dans la Nouvelle-Orléans.

Long a trouvé un travail à Stennis le Centre Spatial.

9-

Thong avait reçu une érudition pour l'Université de Texas à Austin (UT). Il avait voulu aller là-bas si je lui permet et j'avais transféré à Austin avec lui.

Long et Kim Chau avaient transféré à 9811 Andover Dr.. Leur père avait eu besoin d'eux maintenant, et je le feutre plus sûr qu'ils étaient avec leur père que par lui meme .
 Kim Chau et Thong n'avait pas gradué pourtant, et leur père remarrie et déplacé Andover Dr.. Long et son père échangé maisons. Long avait acheté une nouvelle maison pour son père et Long a pris la maison à Andover Dr..

10-

Dans l' Eté, Thong et moi etaient retourné à la Nouvelle-Orléans avec Long et Kim Chau.

Kim Chau a gradué le Médecin de Pharmacie (PHD) de l'Université
de Xavier, et j'avais volé à la Nouvelle-Orléans pour sa
inauguration des diplômes.
J'avais volé à Austin pour l'inauguration des diplômes de Thong. Il
a gradué avec un Célibataire de Science dans l'Ingénierie à UT.

11-

J'etais déplacé Andover Dr. avec Thong.
Kim Chau avait reçu un internship dans Mississippi.
Thong avait assisté le programme de Phd de UNO.

12-

Kim Chau avait fini son internship et avait trouvé un poste dans le Texas.

12-

34

12-

12-

12-

12-

12-

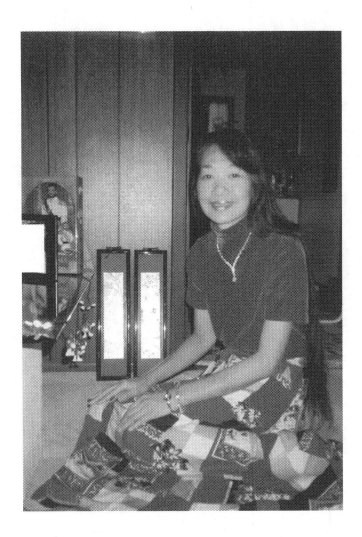

13-

Thong avait reçu un degré du Maître mais n'a pas reçu le degré de Phd. pourtant bien qu'il avait fini tout le coursework.

14-

Il etait allé travailler dans Philadelphie au Câble de banlieue.

15-

J'avais fait un voyage à Allemagne, Autriche, et Suisse.

16-

Kim Chau a transféré à Missouri avec son fiancé.

17-

Long, Thong et moi avaient fait un voyage à la Ville de Cloche de Liberté de Philadelphie et New York.

18-

J'avais fait un voyage avec Long à Québec, Canada, et Niagara cascade.
Sur le chemin maison à Pensylvania, nous avions visité Pittsburgh, Harrisburg, et le Amish .

19-

Long a rencontré son amie à Stennis le Centre Spatial.

Kim Chau envoyait son images qui se mariant à mon appartement à Timberlake dans Philadelphie.

J'ai continué un voyage à Mexique et Guatamala.

19-

20-

Thong a trouvé un poste dans Dallas et a acheté une maison là-bas par l'internet.
Thong et moi sont déplacé la parce que c'est trop froid en Nord .

21-

Nous habitons à 3928 Winford Dr. Dallas.

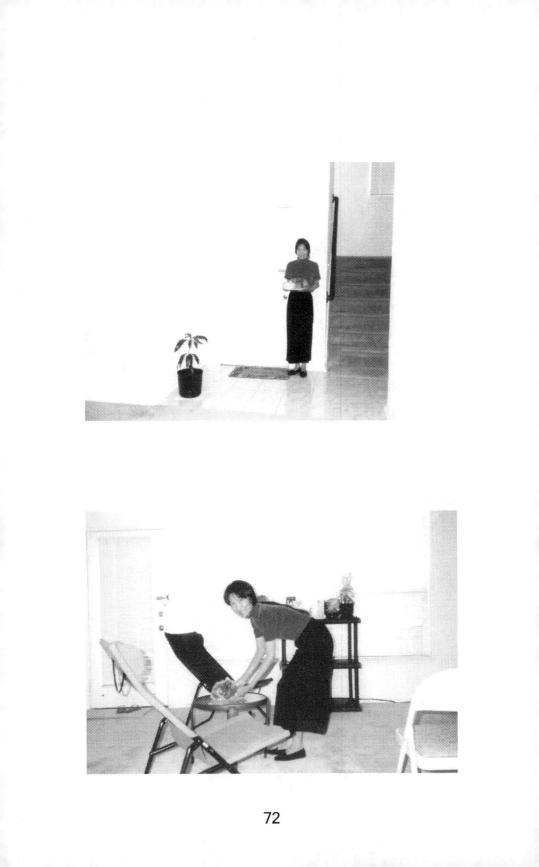

22-

J'avais préparé de voyager à Viet Nam. J'ai l'intention de demander le Viet Nam goverment pour retourner ma propriété. Après j'ai ma propriété, nous la vendra et divise l'argent dans trois entre moi ma soeur et mon frère, parce que ma soeur et moi avions investi ensemble ouvrir Kim Long Pharmacie, chaque moitié contribuée pour acheter la pharmacie, et mon frère a habité là-bas puisque nous avons ouvert cette pharmacie.

Quatorze années après le 1988 Décembre, j'avais volé rentre à Viet Nam pour le deuxième fois. Le 7 octobre, 2002, je faisais un email a Thong de l'aéroport de Tan- Son- Nhat et j'avais lui telephone et lui parle que je viendrai la maison bientôt. J'avais loué un taxi après Thong envoyer elettre, aller la maison de ma mère dans Dat-Do Baria. J'avais rencontré mes relatives là-bas.

BUSINESS CENTRE

J'ai vu que mon pays est maintenant dans un procédé de développement économique. Le pays entier est amélioré. Je suis heureux pour mon pays.
J'etais retourné Saigon et j'etais allé visiter mes relatives là-bas.

J'etais allé à Van Hoa Thong Tin, Saigon. J'avais rencontré le directeur là-bas et parlé à lui. Il m'avait envoyé à l'Editeur de Ville de Ho-Chi- Minh. Je leur avais donné mon manuscript. Si je veux publier mon album d'image là-bas, je dois revenir là-bas et arrange encore avec eux la façon je veut que mon livre être présenté.

23-

J'avais volé rentre à l'USA le 25 octobre, 2002. Thong avait fait un voyage dans Chicago. J'avais pris un taxi a maison .
Le décalage m'avait ennuyé pour 20 jours. Quand j'avais recupere, j'avais traduit mon document à français et Allemand. J'avais le logiciel software pour traduire à Latin, l'Espagnol, et Portugais mais je ne pourrais pas corriger quelques-uns méprend dans le texte.

J'ai essayé de tout faire je pourrais pour me transférer à l'autre endroit avant des choses reçoivent pire. Je n'ai rien voulu dire.

Alors a jour fete (Thank Giving) d'action de grâces, j'avais dit à mon fils pour appeler son père, parce que ma mère m'avais dit qu'il habite seul maintenant. Je veux que son père pour habite ici avec lui.

24-

Le 7 Décembre, 2002, j'avais dit à mon fils que j'avais voulu parler avec lui hors de la maison. Nous etions allés au parc que ce weekend pour parler mais c'était trop froid hors d'alors nous etions retourné asseoir dans la voiture de mon fils (un Toyota noir la nouvelle voiture qu'il vient d'acheter quand j'étais sur le voyage de Viet-Nam).

J'avais dit lui, maintenant avec chirurgie esthétique et autre techniques, je vraiment sais si quelqu'un est vrai ou générique. J'ai supposé c'est vrai, et considérer c'est vrai. Je dis la vérité avec la vraie chose, et à la vraie personne.

Premier, pourquoi est-ce que je dois partir le trois de vous, après j'avais essayé tout je pourrais, et avais sacrifié tout je devait consacrer à mes enfants avec tragédie et douleur? Parce que votre mère a été abusée et a été humiliée. Je souhaite élever seulement les enfants jusqu'à ce qu'ils grandissent et ils peuvent s'occuper. Je l'avais demandé, qu'est ce qu'est arrivé à lui depuis Philadelphie. Thong a changé puisque cela chronomètre. Thong agit comme Kim Chau, exactement Kim Chau. Je l'avais dit je ne sais pas pourquoi mais je l'ai su sûrement. Je l'avais dit, "vous êtes toujours jeune et comme maman comme j'étais votre âge. Fait attention." Je lui avais dit tout qui a été arrivé dans ma vie pour lui être conscient de cela. Je le rappellais," avant j'avais fait un voyage à Viet Nam, combien de fois et comment long je vous avais dit d'appeler votre père pour venir ici habiter avec vous si votre père

habite seul. Pourquoi est-ce que vous pas m'avez dit quoi? Pourquoi? La raison?"
Je ne pourrais pas laisser Thong seul sans un seul relatif ici.

25-

Je suis revenu ici et je nage dans la glace froide. Je ne sais pas le dire -premier Kim Chau et alors Thong.
Qui est-ce qui a fait le piège? Qui est-ce qui a fait la boîte?
Je peux répondre à, cela était l'expert pas mon fils.
Tragédie et tragédie qui j'avais entendu le long de ma vie?

OUI

Cela n'était pas le seul mental abus, cela était non seulement une humiliation, cela était non seulement famille tumeur, cela était non seulement l'isolé cas, cela était non seulement un homicide qui était non seulement un assassin, cela était non seulement abus, cela était non seulement chimique et biologique matériel, cela était non seulement laser et magnétique force, cela était non seulement un financier question.

J'avais essayé acheter un mobile de $6000.00 ou $7000.00 mais je ne la pourrait pas acheter , donc j'avais loué un et font déplacer le 2 Février, 2003. J'avais cherché un travail, mais aucuns travaux étaient disponibles. Plus tard Dollars magasine affaires mais aucun faire. Je me suis déplacé ici à là-bas alors là-bas à ici.

Le 8 mars, 2003 j'envoyais une messagerie Electronique au père de mes enfants. Je l'avais dit tout qui est arrivé. "J'ai voulu partir mes enfants si j'ai voulu que lui (pere de mes enfant) moi remplace pour veiller sur eux et savoir ce qui va dans notre vie de nos enfants. Je suis vide maintenant. Je ne peux rien contrôler plus. Cette année est comme une bombe atomique."
Ceci est leur résultat, ils ont voulu que je tiens de mon voyage et chacun de mon membre de famille tient son voyage sur le plane ils ont voulu.

26-

Alors je monte une E-commerce (online business) avec l'argent que j'ai sur ma main ouvrir un E-MAGASIN le 1 Juin, 2003. J'ai choisi aussi un Drop Ship programme.

Qu'est-ce qu'ils gagnent? Beaucoup comment est-ce qu'ils reçoivent? Combien et combien d'est assez?
Quelques-uns celui peut expliquer la méthode, le procédé ce qu'ils ont fait à abus humain , humain dignitaire,humain honorable, et leur entier vie?

Ce point est le point commencer mouvement effacer que diabolique et malade science. Ma vie entière est la celui de victime éprouver vie. Est-ce que je peux gagner votre degré pour se battre contre cette science? Notre voix sont fort est déterminé bruyant et clair secourir l'humain et humain dignitaire . Le sujet abstrait.

Pour plus que 50 années qu'est-ce que scientifiques ont la recherche dans ce domaine? Le résultat comme aujourd'hui que vous pouvez voir est le crime dramatique. Gens peut être lu leur esprit; votre épingle et mot de passe ne sont pas votre secret! Vous pouvez vous imaginer qu'ils feront pour vous empêcher de faire que vous voulez à sur chaque domaine et vous manoeuvre pour continuer leur piste comment ils veulent!

Bien sûr, ils ont peut lire votre inconscient , et envahit votre esprit, et le mauvais ou bon peut être analysé utiliser et abuser de vous. Conjonction!

L'espoir du scientifique, à l'avenir, ils peuvent construire un robot humain. Ces robots exécuteront les actions de robot sous un maître régler siège de bureau central. Ceci est une violation une dignité humaine! Nous ne pouvons pas l'accepter et nous ne tolérions pas cela. Chaque un sera inclus sous ce procédé. Chaque un peut devenir victime sous ce système qui traitant. Vous, votre famille, et hors là-bas vos sociétés, vos pays seront de façon spectaculaire inclus.

Aujourd'hui, les scientifiques peut déclarer leur projet prospère et entretemps décider de décharger ce projet dans le centre de cette planète. Votre récompense est ma vie. S'il vous plaît, s'il vous plaît m'écoute et réveille votre dignité humaine.

PRIVER LE TRAITEMENT D'ESPRIT INCONSCIENT

Les gens penseront: Ils sont Dieux!

NON

AUCUN Le Neuron Ecaille (neuron chip) j'avais cette expérience après le résultat de loterie de Texas avec ce feuilleton de numéros: 2-19-22-32-42-52. Le pot pour était cette fois par-dessus 70 millions de dollars. Pendant cette semaine, j'avais rêvé choses et gens j'avais rencontré toujours impliqué le numéro 2. J'avais dit mon fils que je ne pourrais pas déchiffrer mon rêve. J'avais voulu acheter un loterie avec 2-12-22-32-42-52 mais les ont paru étrange, et les ne sortirait jamais cela. J'avais acheté un billet avec seulement le numéro 22. Personne n'avais gagné ce pot.

Après cette semaine de loterie bizarre, je quelqu'un ai commencé à rêver rêve (dans un endroit je n'ai jamais visité et le gens je n'ai jamais rencontré bien que c'étais dans l'Asie et ils étaient Asiatiques). Alors je n'avais pas plus de rêves du tout pour plus que 2 années. Alors j'ai rêvé seulement moins d'une seconde avant de j'est réveillé, la chose ils a voulu me souvenir , presque sexe et deforme .
Est-ce que vous voyez le travail d'ordinateur convenablement comme notre cerveau? Ceci est la réponse.

LE SUJET D'HYPNOTISME

Aujourd'hui chaque uni sait que l'hypnotisme existe et qu'il exécute. Dans les temps anciens, cet exercice était populaire, mais alors leur lumière a été devenu l'obscurité. Nous tout comprend la raison. Ceci est les un des sujets abstraits.
 L'entier monde sait de chimique, biologique, laser si je ne veut pas écrire de cela ici. Ceci est mon livre d'image. Atteindre hors vos mains avec mon message comme la sirène pour alerter le monde entier qu'est ce qu'est arrivé, il pourrait arriver n'importe qui, vous, ou vos membres de famille.
Nous sommes humains et nous avons besoin de mains a mains jointure ensemble pour protéger notre dignité humaine.

L'auteur: Phiem
le 27 septembre, 2002
Dallas, Texas USA

Révisé le 12 Juin, 2003
Dallas, Texas USA

AUTHOR: PHIEM
COMPUTER SUPPORT: THONG TRINH
PUBLISHER: PHIEM

COPYRIGHT © 2003 PHIEM
ISBN: 1-4120-1182-5   PRICE:

Printed in the United States
By Bookmasters